പൂർണ

2024

ഉണ്ണികൃഷ്ണൻ അരിക്കത്ത്

1961 ജൂൺ 24 ന്, പാലമ്മോളി ചാലിയാടത്ത് ഗോവിന്ദൻകുട്ടി നായരുടെയും, അരിക്കത്ത് പാഞ്ചാലി അമ്മയുടെയും മകനായി കോഴിക്കോട്ട് ജനനം. കോഴിക്കോട് തിരുവമ്പാടി സേക്രട്ട് ഹാർട്ട് സ്കൂളിലും ദേവഗിരി കോളേജിലും കേരള കാർഷിക സർവ്വകലാശാലയിലുമായി വിദ്യാഭ്യാസം പൂർത്തിയാക്കി. 1977-ലെ സംസ്ഥാനം സ്കൂൾ യുവജനോത്സവത്തിൽ കവിതാരചനയ്ക്ക് സമ്മാനം നേടി. 'ബാലരമ' പോലുള്ള ബാല പ്രസിദ്ധീകരണങ്ങളിൽ കവിതകൾ അച്ചടിച്ചു. കേരളാപ്ലാന്റേഷൻ കോർപ്പറേഷന്റെ എം.ഡി യായി നാലുവർഷവും, റബ്ബർ മാർക്കറ്റിംഗ് എം.ഡിയായി ഒരു വർഷവും സേവനമനുഷ്ഠിച്ചതിനുശേഷം 2018-ൽ വിരമിച്ചു. ഇപ്പോൾ തോട്ടം മേഖലയിൽ കൺസൽട്ടന്റ് ആണ്. തൃശൂർ ജില്ലയിലെ വരന്തരപ്പിള്ളി സ്വദേശിനി മാലിനിയെ 1989-ൽ വിവാഹം കഴിച്ചു. വർഷ, നമിത എന്നീ രണ്ട് മക്കൾ. ആദ്യത്തെ കവിതാസമാഹാരമാണ് 'ചില്ലക്ഷരങ്ങൾ'.

കവിതകൾ

ഉണ്ണികൃഷ്ണൻ അരിക്കത്ത്

ചില്ലക്ഷരങ്ങൾ

പൂർണ പബ്ലിക്കേഷൻസ്, കോഴിക്കോട്
കോഴിക്കോട് ▪ കല്പറ്റ ▪ തിരുവനന്തപുരം

Poorna
Publications

Chillaksharangal
Poems
Unnikrishnan Arikkath

Malayalam
First Edition: April 2024

Cover design: Third Eye
Cover Image: Namitha Unnikrishnan

Typesetting: Poorna Clt.

ISBN: 978-81-300-2722-7
10446(4-2024)78.I.m.0.e.

Published by:
POORNA PUBLICATIONS, KOZHIKODE
TBS Building, G.H. Road, Kozhikode-673001
Ph: 0495-2720085, 2720086, 2721025

Branches:**Kalpetta** 04936-203842
Thiruvananthapuram 0471-2570504

e-mail:tbsbook@gmail.com
Online Bookstore: www.tbsbook.com

തനിയെ നിൽക്കുന്ന അക്ഷരങ്ങൾ

ആർ.എസ്.കുറുപ്പ്

അക്ഷരമെന്ന സ്ഥാനം കിട്ടാതെ, വാക്യത്തിന്റെ തുടക്കമാവാൻ അനുവാദമില്ലാതെ ഇടക്കും തലക്കും മാത്രം നിൽക്കാൻ വിധിക്കപ്പെട്ട വരാണ് ചില്ലക്ഷരങ്ങൾ. പക്ഷെ, അർഥം പൂർണ്ണമാവാൻ അവയുണ്ടാവണം. മാത്രമല്ല, പൂർണ്ണാക്ഷരങ്ങൾക്ക് സ്വരാക്ഷരങ്ങളുടെ തോളിൽ കൈവെച്ചേ നിൽക്കാനാവൂ. എന്നാൽ ചില്ലക്ഷരങ്ങൾക്ക് തലയുയർത്തിപ്പിടിച്ച് തനിയേ നിൽക്കാൻ കഴിയും.

'മൗനം തിളയ്ക്കുന്ന പിന്നാമ്പുറങ്ങളിൽ
ചെന്നിണം നീരാക്കി അന്നം വിളമ്പുവോർ
നന്മുലപ്പാലൂട്ടി നാളത്തെ മർത്യനായ്
നന്മകൾ ചേർക്കുന്ന സ്നേഹപ്പെരുങ്കടൽ
അർദ്ധദേഹം നൽകി വിശ്വമാകെ പുരു
ഷാർത്ഥങ്ങൾ സാഫല്യപൂർണ്ണമാക്കുന്നവ..'രുമായി അദ്ധ്യവസായം ചെയ്യപ്പെടുന്നതിലൂടെ അവയും കവിതയും പുതിയ മാനങ്ങൾ കൈവരിക്കുന്നു. .

എല്ലാറ്റിന്റെയും സ്രഷ്ടാക്കളായിട്ടും ഒളിച്ചും പാത്തും നിൽക്കേണ്ടി വരുന്ന ഒരു ജനതയെക്കുറിച്ച് ഒരുപാടെഴുതപ്പെട്ടിട്ടുണ്ട് മലയാളത്തിൽ. പക്ഷെ, വ്യംഗ്യഭംഗിയോടെ, അനാർഭാടമായി ഈ സജീവ പ്രശ്നം കൈകാര്യം ചെയ്യുന്ന കവിതകൾ വളരെക്കുറച്ചേ ഉള്ളു നമുക്ക്. ഇത് അവയിലൊന്നാണ്.

പരിചരണത്തിലെ അനന്യതകൊണ്ട് ശ്രദ്ധേയമായ വേറെയും കവിതകളുണ്ട് ഈ സമാഹാരത്തിൽ. 'കെട്ട കാലത്തൊരച്ഛൻ' എന്ന കവിത നോക്കുക. കൈകളിൽ വാളും അറുത്തെടുത്ത ശിരസ്സുകളുമായി, മനുഷ്യശിരസ്സുകൾകൊണ്ട് അരഞ്ഞാണം ചാർത്തി, രക്തമൊലിക്കുന്ന ദംഷ്ട്രകളോടെ ഒരു മനുഷ്യന്റെ നെഞ്ചത്ത് കാൽ ചവിട്ടി നിൽക്കുന്ന ദൂരദർശനയായ കാളിയുടെ ചിത്രം കണ്ടിട്ടില്ലാത്തവർ ആരുമുണ്ടാവില്ല. എന്താണ് ആ ചിത്രം സൂചിപ്പിക്കുന്നത്? സാമൂഹ്യാവബോധത്തിലെ ആദിരൂപങ്ങളാണല്ലോ മനുഷ്യൻ ചിത്രങ്ങളായി പുനർ രചിക്കുന്നത്.

എങ്ങിനെയാണ് ഈ രുധിരകാളി നമ്മുടെ സമൂഹത്തിന്റെ അബോധത്തിൽ ചിരസ്ഥായിയായ ഇടം നേടിയത്? മറുപടിയായി 'കാളി' മിത്തിന്റെ ഒരു പാട് വ്യാഖ്യാനങ്ങൾ ചൂണ്ടിക്കാട്ടാൻ കഴിയും. ഇവിടെ ഹൃദ്യമായ ഒരു കവിതയിലൂടെ നമ്മുടെ കെട്ടകാലത്തിന്റെ പശ്ചാത്തലത്തിൽ ആ പുരാവൃത്തം പുനരാഖ്യാനം ചെയ്യപ്പെട്ടിരിക്കുന്നു.

നക്ഷത്രങ്ങളോളമുള്ള വാത്സല്യധാര അച്ഛന്റെ മനസ്സാകെ നിറഞ്ഞൊഴുകുകയാണ്. എന്നാൽ അവൾ തന്റെ ചിറകിൻ കീഴിൽ നിന്ന് അന്തവിഹായസ്സിലേക്ക് പറന്നുയരണം എന്നയാൾ ആഗ്രഹിക്കുന്നു. എന്തിന്?

'കലികാലമിരുളുന്ന നിൻവഴിത്താരയിൽ
നെറിവിന്റെ നാളം തെളിച്ചിടേണം' മാത്രമല്ല,
'ഒരു പുതിയ തലമുറയ്ക്കുയിരേകുവാൻ നന്മ
നിറയുന്നോരമ്മയാകേണം'.

പക്ഷേ, അതത്ര അനായാസമല്ല. ചക്രവാളത്തിൽ കത്തിവേഷങ്ങൾ തെളിയുന്നുണ്ട്. ഇടിയും മിന്നലും കൊടുങ്കാറ്റുമുണ്ട്. എന്നു മാത്രമല്ല, 'പെണ്ണായി മഹിയിൽ വാഴുന്നതേയൊരു സാഹസം' എന്ന് ആരും ചിന്തിച്ചു പോകുന്ന അവസ്ഥയാണ് നിലനിൽക്കുന്നത്. കവിയുടെ വാക്കുകളിൽ,

'നയനഭോഗങ്ങളിൽ ദുരിത സംഗങ്ങളിൽ
കൊടിയ പീഡനഘോഷ ഹർഷോത്സവങ്ങളിൽ
വനിത തൻ മാനം ഹനിക്കുന്നു നിത്യവും
രുധിരബീജന്മാർ സമൂഹപ്രമാണിമാർ ....'

നിയമവും ന്യായവുമൊക്കെ ഈ പ്രമാണിമാരുടെ പക്ഷത്താണ് നിലയുറപ്പിച്ചിരിക്കുന്നത്. അച്ഛന്മാർ തീർത്തും നിസ്സഹായരായി നിലവിളിച്ചു പോകുന്ന അവസ്ഥ.

ഈ കവിതയിലെ അച്ഛൻ പക്ഷേ, അങ്ങിനെ നിലവിളിക്കാൻ കൂട്ടാക്കുന്നില്ല. പകരം

'ജട പറിച്ചീമണ്ണിലെറിയുന്നു ഞാൻ നിന-
ക്കൊരു പുനരവതാരമേകിടുന്നു ...'

ഒരു രുധിരകാളിയായി പുനരവതരിക്കാനാണ് അയാൾ മകളോടാവശ്യപ്പെടുന്നത്. ദുഷ്ടന്മാരെ ഉന്മൂലനം ചെയ്ത് ഉലകിനെ നടുക്കുന്ന താണ്ഡവമാടാൻ അയാൾ നിർദ്ദേശിക്കുന്നു.

ഈ കെട്ടകാലത്തെ നിസ്സഹായനായ ഒരച്ഛന്റെ ആഗ്രഹചിന്തയാവാം. അങ്ങിനെ ചിന്തിക്കാനെങ്കിലും ആരെങ്കിലുമൊക്കെയുണ്ടായാലേ മകൾക്ക്,

എല്ലാ പെണ്മക്കൾക്കും, നിർഭയരായി ഈ സമൂഹത്തിൽ പുലരാൻ കഴിയൂ. ഈ കവിത ഒരേസമയം ഒരു മുന്നറിയിപ്പും ഒരു പ്രോത്സാഹനവുമാണ്. എന്നാൽ അതൊരു മുദ്രാവാക്യ കവിതയായി മാറുന്നുമില്ല, രചനാ സൗഷ്ഠവം ആദ്യന്തം നിലനിർത്തുന്നത് കൊണ്ട്.

ഈ കാലഘട്ടത്തിന്റെ ആകുലതകളും ഉൽക്കണ്ഠകളും പ്രതിപാദ്യ മാവുന്ന പല കവിതകൾ അടങ്ങിയ ഈ സമാഹാരം തുടങ്ങുന്നത് പക്ഷേ, പ്രസാദാത്മകമായ ഒരു കവിതയിലൂടെയാണ്.

'ഒരു ഭദ്രദീപം കൊളുത്തിവെയ്ക്കുന്നു ഞാൻ
ഇരുളിനെ വാതിൽപ്പുറത്ത് തള്ളാൻ'- ഇരുളിനെ അകറ്റുന്നത് നിരുദ്ദേശമായല്ല.

'പ്രണയം നിറക്കൂട്ട് ചാർത്തുന്ന നിന്മുഖ-
ത്തണയാത്ത പുഞ്ചിരി കണ്ടിരിക്കാൻ,

മാത്രമല്ല നമുക്കിരുവർക്കുമായി ഒരുക്കിവെച്ച പാനപാത്രത്തിൽ മധുര മല്ല ഒരുമിച്ചു ജീവിക്കുന്നതിന്റെ ലഹരിയാണ്. സുഖ ദുഃഖങ്ങൾ പങ്കിടു ന്നതിന്റെ ലഹരി എന്ന് എടുത്തു പറയുന്നില്ല. പറയാതെ പറയുന്നതാ ണല്ലോ കവിത. ഇരുൾ പതിയെ പതുങ്ങി വരുന്നുണ്ട്. അതിനെ അകറ്റി നിർത്താൻ 'ഞാനീ വിളക്കിൽ സ്നേഹം പകരട്ടെ എന്ന് കവിത അവസാ നിക്കുന്നു. സുഖ ദുഃഖ സമ്മിശ്രമായ ജീവിതയാത്രയുടെ ധ്വന്യാത്മക മായ പ്രതിനിധാനമെന്ന നിലയിൽ ശ്രദ്ധേയമാണ് ഈ കൊച്ചു കവിത.

ഇതിനോട് ചേർത്തു വായിക്കേണ്ടതാണ് 'നീ വരുവോളം' എന്ന അടുത്ത കവിത. ഒരുമിച്ചുള്ള യാത്ര ആരെങ്കിലും ഒരാൾ പിരിയുന്നതോടു കൂടി അവസാനിക്കുന്നു. അങ്ങനെ ഈ യാത്ര അവസാനിപ്പിച്ച് മറ്റൊന്നാരം ഭിക്കേണ്ട സമയമായി അയാൾക്ക്. അയാളുടെ 'മറയുവാൻ വെമ്പുന്ന പ്രജ്ഞയിൽ' വന്നലക്കുന്ന പതിഞ്ഞ ശബ്ദങ്ങൾക്കിടയിൽ അവളുടെ തേങ്ങൽ അയാൾ തിരിച്ചറിയുന്നു. ആരോ പതിയെ വായിക്കുന്ന രാമായ ണത്തിന്റെ ശീലുകളും.

'പ്രിയമുള്ളതൊന്നുമേ കൊണ്ടുപോകുന്നില്ല
പ്രിയതമേ നിന്നെയും' - യാത്ര പറയുമ്പോൾ അയാൾ ഒരു വാഗ്ദാനം കൂടി നൽകുന്നുണ്ട്.

"മിഴി നട്ടു ഞാൻ കാത്ത് കാത്തു നിൽക്കാം
ഒടുവിൽ നീയെത്തുന്ന നേരത്തു നാമൊത്തു
ജന്മാന്തരങ്ങളെ താണ്ടി നീങ്ങാം'

അച്ഛനമ്മമാർക്കും സഹോദരങ്ങൾക്കുമൊക്കെ മരണാനന്തരം വിഭിന്ന ഗതിയാണെന്നും എന്നാൽ ഭാര്യാഭർത്താക്കന്മാർക്ക് ഒരുമിച്ച് ഒരു ഗതിയാണെന്നുമുള്ള വാല്മീകി രാമായണത്തിലെ സീതാവാക്യം ഞാനോർത്തു പോയി, ഈ കവിത വായിച്ചപ്പോൾ.

മരണത്തെക്കുറിച്ച് ധാരാളം കവിതകളുണ്ടായിട്ടുണ്ട് മലയാളത്തിൽ. പക്ഷേ, ആസന്ന മരണനായ ഒരുവന്റെ വിചാരധാര വളരെ വിരളമായേ കവിതയ്ക്ക് വിഷയമായിട്ടുള്ളു. കെ സി യുടെ 'ചിന്താശതകം', ജിയുടെ 'എന്റെ വേളി', സച്ചിദാനന്ദന്റെ 'കയറ്റം' എന്നിങ്ങനെ. ഇപ്പോൾ 'നീ വരുവോളം' എന്ന ഈ കവിതയും.

രുധിര കാളിയാവാൻ അനുഗ്രഹം കിട്ടിയവൾക്കു പോലും ചിലപ്പോൾ സ്വയം ആഹുതി ചെയ്യേണ്ടി വരും. ആദ്യം പറഞ്ഞത് സ്വപ്നമോ ആഗ്രഹ ചിന്തയോ ആണെങ്കിൽ രണ്ടാമതു പറഞ്ഞത് -ആഹുതി - ഭീതിദമായ ഒരു യാഥാർഥ്യമാണ്. അനിഷേദ്ധ്യമായ ഈ അവസ്ഥ വ്യംഗ്യ ഭംഗിയോടെ അവതരിപ്പിക്കപ്പെട്ടിരിക്കുന്നു, 'ദൈവം ഉണർന്നപ്പോൾ' എന്ന കവിതയിൽ. ഉറങ്ങുന്ന ദൈവത്തെ ഉണർത്താതെ വേദനകളുടെ മുറി തുറന്ന് നിഴലില്ലാത്ത ഇരുളിൽ ഇടനാഴിയിലെത്തുന്ന അവളുടെ ചേഷ്ടകളുടെ വർണ്ണനകൾ അർത്ഥ സന്നിഗ്ദ്ധതകളുടെ സൗന്ദര്യം പേറുന്ന പ്രതീകങ്ങൾ കൊണ്ട് സമ്പന്നമാണ്. ഒടുവിൽ ദൈവത്തിന്റെ പകച്ച കണ്ണുകളിലേക്ക് അവളുടെ ചിരി ആളിക്കത്തുമ്പോൾ അനുവാചകൻ ഒരു നല്ല കവിത വായിച്ച സംതൃപ്തിക്കൊപ്പം കരാളമായ വർത്തമാന കാലത്തിന്റെ ഭീതിദമായ അന്തരീക്ഷവും അനുഭവിച്ചറിയുന്നു.

പുതിയ കാലത്തെ കവിക്ക് യന്ത്രസരസ്വതിയെ അവഗണിക്കാനാവില്ലല്ലോ. രാവും പകലും മൊബൈലിൽ ചാറ്റ് ചെയ്തു കൊണ്ടിരിക്കുന്ന, തന്നെ ശ്രദ്ധിക്കുക പോലും ചെയ്യാത്ത ഭാര്യയോട് കലഹിക്കാൻ കഴിയാതെ നിസ്സഹായനായി തണുത്ത ചായ മൊത്തി കുടിച്ചുകൊണ്ട് അവളെ മനസ്സുകൊണ്ട് പിച്ചിക്കീറുന്ന ഭർത്താവിന്റെ അസന്തുഷ്ട മനോരഥങ്ങളുടെ സരസമായ ആഖ്യാനമാണ് 'അവളാരോടാണ് ചാറ്റ് ചെയ്യുന്നത്' എന്ന കവിത.

എന്താണ് കവിത? എന്തിനാണ് കവിത? എന്നീ ചോദ്യങ്ങൾക്ക് കവി നൽകുന്ന ഉത്തരമാണ് 'കവിതയുടെ വഴി'. നറുനിലാവ്, കുളിർകാറ്റ് ആ കാറ്റിൽ ഉതിരുന്ന പൂക്കൾ ഇവയൊക്കെ തന്നെയാണ് ഈ കവിയുടെയും ഉദ്ദീപന വിഭാവങ്ങൾ. അപ്പോഴും കാർ മൂടിയ, ഇടിയും മിന്നലുമുള്ള ദിനരാത്രങ്ങളും ഉണ്ടാവുമെന്ന വസ്തുത കവി വിസ്മരിക്കുന്നില്ല. കവിക്ക് തന്റെ കവിതയെക്കുറിച്ച് വലിയൊരു സ്വപ്നമുണ്ട്. ഇനി വരുന്ന

തലമുറകളോട് അവരുടെ യാത്രാവഴിയിലെ ഓരോ നാഴികക്കല്ലിലു മിരുന്ന് തന്റെ കവിത സംവദിക്കണമെന്നാണ് ഈ കവിതയിൽ പറയുന്നത്.

എന്ത് തന്നെയായാലും മനുഷ്യന്റെയും പ്രകൃതിയുടെയും ലളിത കോമള ഭാവങ്ങളുടെ ഗായകൻ മാത്രമാണ് ഈ കവിയെന്ന് ഈ സമാഹാരം മനസ്സിരുത്തി വായിക്കുന്ന ആർക്കും പറയാൻ കഴിയുമെന്ന് തോന്നുന്നില്ല. പുതുകാല മനുഷ്യ ജീവിത സംഘർഷങ്ങൾ താഴ്ന്ന ശ്രുതിയിൽ മന്ദ്രസ്ഥായിയിൽ ഹൃദയഹാരിയായി ആവിഷ്കരിക്കാൻ തനിക്കു കഴിയുമെന്ന് ഈ കവി തെളിയിച്ചിരിക്കുന്നു. മുകളിൽ എടുത്തു പറഞ്ഞ കവിതകൾ ഉദാഹരണങ്ങൾ. ആ ജനുസ്സിൽപെട്ട ഒരു കവിത യെക്കുറിച്ചു കൂടി ചിലതു പറഞ്ഞു കൊണ്ട് ഈ കുറിപ്പ് അവസാനി പ്പിക്കാം.

ജീവിതയാത്രയുടെ അന്ത്യ ബിന്ദുവിൽ എത്തിയ ഒരുവന്റെ വികാര വിചാരങ്ങൾ വർണ്ണിക്കപ്പെടുന്ന ഒരു കവിത സമാഹാരത്തിന്റെ തുടക്ക ത്തിൽ കണ്ടല്ലോ. സമാഹാരം അവസാനിക്കുന്നത് അച്ഛന്റെ ചിതയ്ക്ക് തീകൊളുത്താൻ തയാറായി നിൽക്കുന്ന ഒരു മകന്റെ വികാര വിചാരങ്ങൾ വർണ്ണിക്കുന്ന ഒരു കവിതയിലാണ്. 'അന്ത്യേഷ്ടി'. 'മൺകുടം വീണു ടഞ്ഞു കഴിഞ്ഞു ഞാൻ ആലംബഹീനനായിരിക്കുന്നു, ഇനി ഈ ചിതക്ക് തീ കൊളുത്തണം. അതാണല്ലോ പുതധർമ്മം!'

പൂർത്തീകരിക്കുന്നവനാണ് പുത്രൻ. പിതാവ് തുടങ്ങി വെച്ച കർമ്മ ങ്ങൾ തുടർന്നു നടത്തി ഫലപ്രാപ്തിയിലെത്തിക്കേണ്ടവൻ. അവന്റെ ഒഴിച്ചുകൂടാനാവാത്ത കർത്തവ്യമാണ് ഈ യാത്രയയപ്പ്. ശോകം എന്ന ഭാവം മാധുര്യത്തോടെ ആദ്യന്തം സന്നിഹിതമാണ് ഈ രചനയിൽ.

ഒരു ഭദ്രദീപം കൊളുത്തിക്കൊണ്ടാരംഭിച്ച ഈ കാവ്യ സമാഹാരം 'നിന്റെ ചക്ഷുക്കൾ സൂര്യന് ലഭിക്കട്ടെ ആത്മാവ് വായുവിനും ...നീ നിന്റെ പ്രവൃത്തി ഫലമനുസരിച്ച് സ്വർഗ്ഗത്തിലേക്കോ ഭൂമിയിലേക്കോ പോവുക ...എന്ന ഋഗ്വേദ അന്ത്യേഷ്ടി മന്ത്രങ്ങളിലവസാനിക്കുന്നു.

ആർ.എസ്.കുറുപ്പ്
താമരശേരി റോഡ്
പൂണിത്തുറ,
എറണാകുളം

23, മാർച്ച് 2024

ആമുഖം

കവിത വരുന്ന വഴി എന്നും എന്നെ അദ്ഭുതപ്പെടുത്തിയിട്ടുണ്ട്. ഒരു കുഞ്ഞ് ജനിക്കുന്നത് പോലെ സന്തോഷപൂർണമായ അനുഭവമാണ് ഒരു കവിത പൂർത്തിയാവുന്നത്. ഇന്നിതാ ഞാനെന്റെ മുപ്പത്തിയഞ്ച് കുരുന്നുകളെ സഹൃദയരുമായി സംവദിക്കാൻ സ്വതന്ത്രരാക്കി വിടുകയാണ്. അവരുടെ രൂപവും, സ്വഭാവവും വ്യത്യസ്തമായിരിക്കാം. എന്നാൽ അവർ സംവദിക്കുന്നത് ഹൃദയത്തിന്റെ ഭാഷയിലായിരിക്കും.

"ചില്ലക്ഷരങ്ങൾ" എന്ന ഈ കവിതാസമാഹാരത്തിന്റെ മുഖചിത്രം രൂപകല്പന ചെയ്തത് എന്റെ മകൾ നമിതാ ഉണ്ണിക്കൃഷ്ണനാണ്. കവിതകളിലുടനീളം പ്രതിഫലിക്കുന്ന സ്ത്രീശാക്തീകരണചിന്തകളുടെ സ്വാധീനമാണ് അത് രൂപപ്പെടുത്തിയതത്രേ. പ്രകൃതിയും മനുഷ്യനും തമ്മിലും, മനുഷ്യർ പരസ്പരവുമുള്ള കൊള്ളക്കൊടുക്കകളും, നമ്മുടെ ചുറ്റുമുള്ള സമൂഹത്തെപ്പറ്റിയുള്ള ചിന്തകളും എന്റെ രചനകളെ സ്വാധീനിച്ചിട്ടുണ്ട്. മലയാളസാഹിതിയുടെ തിരുമുറ്റത്ത് പിച്ച വെച്ച് നടക്കുമ്പോൾ ഇരുകയ്യും നീട്ടി നിങ്ങളേവരും എന്റെ കവിതക്കുരുന്നുകളെ സ്വീകരിച്ചാലും.

എന്നും പ്രചോദനവും, പ്രോത്സാഹനവും നൽകിയ കുറേയേറെ ഗുരുക്കന്മാർ, യശശ്ശരീരരായ മാതാപിതാക്കൾ, എന്റെ സഹോദരങ്ങൾ, ആദ്യവായനക്കാരിയായ എന്റെ ഭാര്യ മാലിനി, മക്കൾ വർഷ, നമിത, സഹൃദയരായ സുഹൃത്തുക്കൾ അങ്ങനെ ഒരുപാട് പേരെ നന്ദിപൂർവ്വം, സ്നേഹപൂർവ്വം സ്മരിക്കുന്നു. സർവ്വോപരി, തിരക്കുകൾക്കിടയിലും താൽപര്യത്തോടെ എല്ലാ കവിതകളും വായിച്ച് അവതാരിക തയ്യാറാക്കിയ പ്രശസ്തലേഖകനും, നിരൂപകനുമായ ശ്രീ ആർ എസ് കുറുപ്പിന് ഹൃദയം നിറഞ്ഞ കൃതജ്ഞത രേഖപ്പെടുത്തുന്നു. ഈ പുസ്തകം മികച്ച രീതിയിൽ അച്ചടിച്ചിറക്കിയ പൂർണാ പബ്ലിക്കേഷൻസിനും അകമഴിഞ്ഞ നന്ദി.

"..ഇനിയുമെത്രയോ തലമുറകളീ വഴി
മനുജജന്മവും പേറിച്ചരിക്കവേ,
അവിടെയോരോരോ നാഴികക്കല്ലിലെൻ
കവിതയവരെയും നോക്കിച്ചിരിക്കണം;

ഒടുവിലവരുടെ തോളിൽ കരം ചേർത്ത്
സ്മൃതിപഥങ്ങളിൽ കൂടെ നടക്കണം.
ചലിതകാലപ്രവാഹിനീതീരങ്ങൾ
തഴുകുമലകളായൊഴുകിപ്പരക്കണം..''

സ്നേഹാദരപൂർവ്വം

ഉണ്ണിക്കൃഷ്ണൻ അരിക്കത്ത്

ഉള്ളടക്കം

ഒരുമിച്ചിരിക്കുമ്പോൾ

ഒരു ഭദ്രദീപം കൊളുത്തി വെയ്ക്കട്ടെ ഞാ-
നിരുളിനെ വാതിൽപ്പുറത്തു തള്ളാൻ,
പ്രണയം നിറക്കൂട്ടു ചാർത്തുന്ന നിൻ മുഖ-
ത്തണയാത്ത പുഞ്ചിരി കണ്ടിരിക്കാൻ.
ഒരു പാനപാത്രം നിറച്ചു വെയ്ക്കട്ടെ നാ-
മിരുവർക്കുമായിക്കുടിച്ചു തീർക്കാൻ.
മധുരമല്ലതിൽ നമ്മളൊരുമിച്ചതിൻ തീവ്ര-
ലഹരിയാണതു പങ്കു വെച്ചിരിക്കാം.

ചിതറിത്തെറിക്കുന്ന ചിന്തകൾ ചേർത്തു വെ-
ച്ചൊരു ജീവിതത്തെ തിരിഞ്ഞു നോക്കാം;
അറിയാത്ത ലാഭക്കണക്ക് നോക്കേണ്ടതിൻ
നിറഭംഗി മാത്രം നുണഞ്ഞിരിക്കാം.
ഒരു വർണ്ണനൂലിൽ നാമൊരുമിച്ചു മറ്റാരു-
മറിയാത്ത മുത്തുകൾ കോർത്തെടുക്കാം.
നിറവസന്തം വായ്ച്ച വഴികളിൽ കൈകൾ ചേർ-
ത്തൊരു മാത്ര കൂടിക്കടന്നു പോകാം.

പതിയെപ്പതുങ്ങി വന്നിരുളതാ വാതിലിൻ
പടി വരെ വന്നെത്തി നോക്കി നില്പൂ.
പകരട്ടെ ഞാനീ വിളക്കിൽ വീണ്ടും സ്നേഹ-
മൊരുമിച്ചിരിക്കാം നമുക്കിങ്ങനെ.

നീ വരുവോളം

മരണമീ യാത്ര തന്നവസാനമോ? വഴിക-
ളറിയാത്ത യാത്ര തന്നാരംഭമോ?
ഇനിയുള്ള വഴിയിലീ പഥികന്റെ പാഥേയ-
മൊരു പിടിച്ചോറിലെ ബലികർമ്മപുണ്യമോ?

ഒരു നെരിപ്പോടിലെ തീയെന്ന പോലുള്ളി-
ലെരിയും ജ്വരാഗ്നിയിൽ തനു വെന്തു നീറവെ,
മറയുവാൻ വെമ്പുന്ന പ്രജ്ഞയിൽ തെരു തെരെ
മറവി തൻ മറ നീക്കിയോർമ്മകൾ പുളയ്ക്കവെ,
മൊഴിയുവാൻ വയ്യാതെ വാക്കുകൾ തൊണ്ടയിൽ,
ഇഴയുന്ന നാവിൽ കുരുങ്ങിക്കിടക്കവെ,
ഉയരുന്നു ചുറ്റും പതിഞ്ഞ ശബ്ദങ്ങൾ, ഞാ-
നറിയുന്നതിൽ നിന്റെ തേങ്ങൽ മാത്രം.

തുടരുമീ യാത്രയെന്നാകിൽ ഞാനേകനാ-
ണരികിൽ നീയില്ലെന്റെ കൈ പിടിക്കാൻ,
കരളിന്റെ വാതായനങ്ങൾ തുറന്നെന്റെ-
യിരുളിലേക്കൊരു നിലാക്കീറായ് വരാൻ,
വ്യഥ തന്റെ വേനലിൽ വരുകില്ല നീയെന്നിൽ
മൃദു സാന്ത്വനത്തിൻ കുളിർ ചുരത്താൻ,
രാവേറെ നീളുന്ന വേളയിൽ കാതിലൊരു
താരാട്ടുപാട്ടിന്റെ ശീലൂതിർക്കാൻ.

ഇനി നേരമില്ലീ വിളക്കിൽ കരിന്തിരിക-
ളണയാൻ തുടങ്ങി, നിറങ്ങൾ മങ്ങി;

പതിയെ വായിക്കുന്ന രാമായണത്തിന്റെ
വരികളിൽ മൃതി തൻ രവം മുഴങ്ങി;
തളരും കരങ്ങളെൻ കൈകളിൽ ചേർത്തു നീ
കരയുന്ന ശബ്ദവും കാതിൽ മങ്ങി.
ഇനിയുമെൻ തെറ്റുകളിലേതെങ്കിലും നീ
പൊറുക്കാത്തതുണ്ടെങ്കിലിന്നതെല്ലാം
അണയുവാൻ വെമ്പുന്നോരീ തിരി കെടും മുമ്പെ-
യോർമ്മിച്ചെടുത്തു മാപ്പാക്കിടേണം;
ഒരു നാളതല്ലെങ്കിൽ നിൻ വിചാരങ്ങളിൽ
പരിതാപമതിനാലെരിഞ്ഞു കൂടാ.

പ്രിയമുള്ളതൊന്നുമേ കൊണ്ടു പോകുന്നില്ല
പ്രിയതമേ നിന്നെയും, വിട തരൂ നീ.
വഴിയിനിയുമുണ്ടെങ്കിലിനിയും നിനക്കായി
മിഴി നട്ടു ഞാൻ കാത്തു കാത്തു നില്ക്കാം;
ഒടുവിൽ നീയെത്തുന്ന നേരത്തു നാമൊത്തു
ജന്മാന്തരങ്ങളെ താണ്ടി നീങ്ങാം.

ആവി എന്തൊരാവി!

പുട്ടിന്റെ കുറ്റിയിൽ നിന്നാവി പൊങ്ങവെ
ഇക്കുറു ആർത്തു വിളിച്ചു പോലും.
ആർപ്പുവിളിയുമായൊട്ടുപേർ പുട്ടിന്റെ
ചുറ്റും നിരന്നൊട്ടു തിക്കു കൂടി.
'പപ്പടം കൂട്ടിപ്പിടിക്കാമൊരു പിടി-
യെപ്പടി?' എന്നൊരു വിദ്വാൻ;
'പുട്ടിന്റെ നെഞ്ചിൽ കടലക്കറിയൊഴി-
ച്ചൊറ്റപ്പിടി'യെന്നൊരുത്തൻ;
'എന്തിനാണേത്തപ്പഴം കൂട്ടി പ്പുട്ടിന്റെ-
യന്ത്യം കറിക്കു'മെന്നായ് മറ്റവൻ.
ആവേശമോടെ 'ഞാനൊറ്റയ്ക്ക് പുട്ടിനെ-
യപ്പടിത്തീർക്കു'മെന്നായ് ഇക്കുറു.

ആവി പൊങ്ങിപ്പൊങ്ങി കുറ്റിയിൽ നിന്നതാ
പുട്ടിൻ പുറപ്പാടുമായി.
പുട്ടിന്റെ ചൂടതാ പെട്ടെന്ന് കൂടുന്നു,
എട്ട് ദിക്കും പരക്കുന്നു.
'എന്തൊരു ചൂടിതിൽ പപ്പടം ചേരില്ല
പിന്നെ നോക്കാ'മെന്നൊരാൾ മൊഴിഞ്ഞു;
രണ്ടാമനൊന്നേ പറഞ്ഞുള്ളൂ 'പുട്ടിനെ
കണ്ടേക്കരുതെന്റെ വീട്ടിലും നാട്ടിലും';
'ഏത്തപ്പഴം പഴുത്തിട്ടില്ലത് വരെ
വിട്ടേക്കാം പുട്ടിനെ'യെന്നൊരുത്തൻ.
ആവി പൊങ്ങുന്നൊരീ പുട്ടിനെയെന്തിനി
ചെയ്യുമെന്നായി പകച്ചിക്കുറു.

തെക്ക് ദേശത്തൊരമ്മാവനുണ്ടൊന്ന്
വിളിച്ചു ചോദിച്ചു 'മേം ക്യാ കരൂം?'
ആവിയാണെങ്കിൽ പടരുന്നു ചൂടിലും
വേവിലും ആകെത്തളർന്നിക്കുറു
ചോദിച്ചു, 'പുട്ടിനെ ഞെക്കിപ്പൊടിക്കുമോ?
ചൂടു കൊണ്ടൊട്ടും നിവർത്തിയില്ല.'
'ആവിയല്ലേ വീശി വീശിത്തണുക്കണം
ആവില്ല തൊട്ടു കളിക്കാൻ'
വെച്ചടിയേറുന്ന വേവിലും ചൂടിലും
ഒറ്റയ്ക്ക് നിന്നു വലഞ്ഞിക്കുറു.

പിന്നെ മടിച്ചില്ല, പുട്ടെടുത്തിക്കുറു
തന്നത്താൻ തിന്നു തുടങ്ങിയത്രേ.
നാവാകെ പൊള്ളുന്നു, തൊണ്ടയും പൊള്ളുന്നു,
പോകുന്ന വഴിയെല്ലാം പൊള്ളുന്നുവെങ്കിലും
കുറ്റിയിൽ നിന്ന് പുറപ്പെട്ട പുട്ടെല്ലാം
ഇക്കുറു തിന്നുക തന്നെയത്രെ!
പുട്ടിനിയെത്രയെന്നറികയില്ല, എത്ര-
യിക്കുറു തിന്നുമെന്നറികയില്ല.
പുട്ടിതാ പുടു പുടു, ഇക്കുറു കറുമുറു.

യുദ്ധാനന്തരം

ഭീരുക്കളായി വീണ്ടും മറ്റൊരു യുദ്ധം കൂടി,
നേടിയത്രേ ധീരരാമൊരു കൂട്ടർ വിജയം.
ദാരുണമായ പരാജയം മൊത്തിക്കുടി-
ച്ചാകുലമുഴലുന്നു, ദീനമായ് മറ്റേ കൂട്ടർ.

വിളിച്ചു വരുത്തിയതാരെന്നോ, പോരാട്ടത്തിൽ
ജയിച്ചു മദിപ്പവരാരെന്നോ ഗൗനിക്കാതെ,
ഒടുക്കത്തെ കോപ്പയിൽ രക്തവും പാനം ചെയ്ത്,
ഒടുക്കമെല്ലും തിന്ന് ചിറിയും പല്ലും നക്കി,
നിലയ്ക്കാക്കരച്ചിലിന്നീണങ്ങളേറ്റു മൂളി,
പൊറുക്കാനരുതാത്ത നാശത്തിൻ നെഞ്ചിലൂടെ
തിടുക്കം കാട്ടാതെ മടങ്ങീടുന്നു യുദ്ധം.
ഇനിയും വരാമെന്നോ പറഞ്ഞു യാത്രാമൊഴി?!

മുറിപ്പാടുകൾ നക്കിത്തുടച്ചും, ഞരങ്ങിയും,
കിടപ്പാണങ്ങിങ്ങായി തോറ്റവർ, ജയിച്ചോരും.
ഒടുക്കം കണക്കെടുക്കുമ്പോൾ തോറ്റമർന്നാലും
തനിക്കേ ജയമെന്ന് കണക്കുണ്ടാക്കുന്നവർ,
മരിക്കാൻ ജനിച്ചവർ, കത്തുന്ന കനൽ നീറും
മനസ്സിലൊടുങ്ങാത്ത വീര്യം കാത്തു വെക്കുവോർ,
ഇടയ്ക്ക് നിറം മാറിപ്പറക്കും പതാകയിൽ
ഒടുങ്ങാപ്പകക്കണ്ണിൻ കൂരമ്പ് കൊള്ളിക്കുവോർ.

ഇരുളിൽ, മഞ്ഞിൻ മറവിൽ, അറവാതിലിൻ പിന്നിൽ,
ഒരു നേരത്തേക്കഷ്ടി തേടുന്ന മാതൃത്വവും;

ശൈശവം മാറുമ്പോഴേ ജീവിതക്കയ്പിൽ നീന്തി
ബാല്യത്തിൽ മുതിർന്നൊരീ മക്കളും; സ്നേഹം വറ്റി
വരണ്ട മരുഭൂമിയായ് മാറിയ മനസ്സിനെ
വെറുക്കാൻ പഠിപ്പിച്ച്, സ്വപ്നങ്ങൾ കുഴിച്ചിട്ട്,
തനിക്ക് താനും, സ്വന്തം കാര്യവും പ്രധാനമെന്നുറച്ച്,
നാടാകെയും മുടിക്കാൻ പിറന്നവർ
ഭരിച്ച് നാശം മാത്രം വിതയ്ക്കും കേദാരമായ്
ഭവിക്കും നാടും; കാലഹരണപ്പെട്ട് ശീർഷം
കുനിച്ച് നടന്നീടും ദേശഭക്തിയും; ലോകം
വിളിച്ച് ദാനം ചെയ്ത ദരിദ്രപദവിയും;
മരിച്ച മണ്ണും - ഒരു യുദ്ധത്തിൻ ബാക്കിപത്രം.

ചെറുകാറ്റണയുമ്പോൾ തിരമാലകൾക്കൊപ്പം
തരുശാഖകൾ നീട്ടി നടനം തുടങ്ങാതെ,
കരിമേഘപ്പാളികൾക്കിടയിൽ പാളി നോക്കും
ചെറുതാരകത്തിന്റെ പുഞ്ചിരി മടക്കാതെ,
അരുണാംശുവിൻ ലോലകരലാളനങ്ങളിൽ
ഹൃദയത്തിൻ സംഗീതമരന്ദം പൊഴിക്കാതെ,
കരിമേഘങ്ങൾ മേലെ മുരണ്ടു നടക്കുമ്പോൾ
അറിയാതെ മനസ്സിൻ പീലികൾ വിടർത്താതെ,
ദുര തൻ മാലിന്യത്തിലമർന്നു ഞരുങ്ങിയും,
നുണയും, വെറുപ്പും നാടാകവേ കണ്ടും കേട്ടും,
മക്കൾ തൻ നെഞ്ച് കീറും കരച്ചിൽ തന്റേതാക്കി
ഉൾത്തടം പാരം നീറിക്കിടക്കയാണിന്നമ്മ.

അകലെ മുഴങ്ങുന്നുണ്ടിപ്പോഴും കാഹളത്തിൻ
ഒലികളേതോ നാട്ടിൽ മറ്റൊരു ജനതയെ
വരിഞ്ഞു മുറുക്കുകയാകുമോ വീണ്ടും യുദ്ധം?!
മരിച്ച വിശ്വാസത്തെ പുണർന്നേ കിടന്നമ്മ.

ലോക്ക് ഡൗൺ

ചുവരുകൾക്ക് ചെവിയുണ്ട്.
അല്ലെങ്കിൽ ഏകാന്തതയിൽ എന്റെ ഹൃദയം നിലവിളിച്ചത്
വീണ്ടും വീണ്ടും എന്നെ കേൾപ്പിച്ച്,
കുത്തി നോവിക്കാൻ അവയ്ക്ക് കഴിയുമോ?
മരണവാർത്തകൾ ഭയത്തിന്റെ തിരയിളക്കുമ്പോൾ
എന്റെ അഹങ്കാരത്തിന്റെ പൊള്ളവാക്കുകൾ ഓർമ്മിച്ചെടുത്ത്,
കളിയാക്കിച്ചിരിക്കാനാവുമോ?
വാതിലുകൾക്ക് നിസ്സംഗമായ മൗനമാണ്.
വല്ലപ്പോഴും തുറക്കാൻ തുനിഞ്ഞാൽ
'ശല്യപ്പെടുത്തുന്നതെന്തിന്' എന്നൊരു ഭാവം!
'എന്നെ കടന്ന് പോവാൻ ധൈര്യമുണ്ടോ?!' എന്ന പരിഹാസം!

ജനാലകൾക്ക് ഒരല്പം സഹാനുഭൂതിയുണ്ട്.
ഈയിടെയായി ഞങ്ങൾ കൂടുതൽ അടുപ്പത്തിലായിട്ടുണ്ട്.
ആളൊഴിഞ്ഞ ചത്വരങ്ങളും, നഗരവീഥികളും നോക്കി
നെടുവീർപ്പിട്ടു നില്ക്കുമ്പോൾ
തുല്യദുഖിതരെപ്പോലെ
തിരശ്ശീലത്തുമ്പ് കൊണ്ട് ചേർത്ത് നിർത്താൻ ശ്രമിക്കാറുണ്ട്.
എങ്കിലും, കാറ്റത്ത് വിജാഗിരിക്കരച്ചിലിൽ
'പണ്ടെന്നെ ഗൗനിക്കാറില്ലായിരുന്നു', എന്ന പരിഭവം.
പുറത്ത്, അതിരുകളില്ലാത്ത സ്വാതന്ത്ര്യത്തിൽ നിന്ന്
തെരുവുനായ്ക്കൾ കലപില കൂടി.
തെങ്ങോലത്തലപ്പിലിരുന്ന് കാക്ക
പുച്ഛത്തോടെ ചെരിഞ്ഞു നോക്കി.

പതിയെയെത്തുന്ന പ്രാതലിൽ നിന്ന്
ദിവസം അന്തമില്ലാതെ നീണ്ടു.
സമയത്തിന്റെ ഓർമ്മപ്പെടുത്തലുകൾ നിഷ്ഫലമായതിനാൽ
ഘടികാരം പിണങ്ങി നിന്നു.
അഴിച്ച് വെച്ച മുഖംമൂടികൾ കോട്ട് ഹാംഗറിൽ തൂങ്ങിക്കിടന്ന്
എന്നെ നോക്കി അടക്കം പറഞ്ഞ് ചിരിച്ചുവോ?
കൈകഴുകുമ്പോൾ ഇരുപത് നിമിഷങ്ങൾ
വാഷ് ബേസിന്റെ മുകളിലെ കണ്ണാടി പോലും
കളിയാക്കി ചോദിച്ചു:
'മനുഷ്യാ, നിന്റെ പാപങ്ങൾ അത്ര വേഗത്തിൽ
കൈ കഴുകിക്കളയാനാവുമോ?'

കെട്ട കാലത്തൊരച്ഛൻ

മകളേ നിനക്കു ഞാൻ കരുതുന്നതീ നെഞ്ചിൽ
നിറയുന്ന വാത്സല്യധാര മാത്രം.
അറിയാമെനിക്കെന്റെ ചിറകിന്റെയുള്ളിൽ നി-
ന്നറിയാത്ത വാനിലേക്കുയരണം നീ,
ചിറകുകൾ വിടർത്തിപ്പറന്നു, കാലത്തിന്റെ-
യതിരുകൾ തേടാൻ പഠിക്കണം നീ.

അറിവിൻെറ വാതായനങ്ങളിൽ കൈ നീട്ടി-
യഭയാർത്ഥിയായ് തന്നെ നിന്നിടേണം,
അഹിതസത്യങ്ങൾ നീ പറയുന്ന വേളയിൽ
ചകിതയാകാതെയിരിക്കണം, നീ നല്ല
നിറമുള്ള സ്വപ്നങ്ങൾ കാണണം, കനിവിന്റെ-
യറകൾ മനസ്സിൽ തുറന്നിടേണം,
തുടരുന്ന കർമ്മകാണ്ഡങ്ങളിൽ, വിജയത്തി-
ലുടലാർന്ന വിനയമാവേണം,
ഒരു പുതിയ തലമുറയ്ക്കുയിരേകുവാൻ നന്മ
നിറയുന്നൊരമ്മയാകേണം.

കലികാലമിരുളുന്ന നിൻ വഴിത്താരയിൽ
നെറിവിന്റെ നാളം തെളിച്ചിടേണം.
നിലപാടുറക്കാത്ത നിണവഴികളിൽ,
പല വാക്കു മൊഴിയും ചതിക്കളത്തിൽ,
നേരു വിളയാനിലങ്ങളിൽ, കുരുതിക്കളങ്ങളിൽ,
ഒരുപാടു ദൂരം നടക്കുവാനു, ണ്ടെന്റെ
വിരലിൽ പിടിച്ചു, കുഞ്ഞടികളാൽ പിച്ച വെ-

ച്ചീ മാറിലേറെച്ചവിട്ടിക്കുതിച്ചൊരീ
പാദങ്ങൾ തളരാതെ നോക്കിടേണം, മേനി
വിറയാതെ നേരേ നടന്നിടേണം.

അകലെ നീ കാണുന്നുവോ ചക്രവാളത്തി-
ലലയുന്ന വേഷങ്ങൾ? വേഗതാളം കൊട്ടി-
യുറയുന്ന മേഘനാദത്തിൽ, കൊടുങ്കാറ്റു
മുരളും പഥങ്ങളിൽ, ദിങ്മണ്ഡലങ്ങളിൽ
തെളിയുന്നതൊക്കെയും കത്തിവേഷം!

അഹിതമാണറിയുന്ന വാർത്തകൾ, പെണ്ണായി
മഹിയിൽ വാഴുന്നതേയൊരു സാഹസം,
നയനഭോഗങ്ങളിൽ, ദുരിതസംഗങ്ങളിൽ,
കൊടിയ പീഡനഹർഷഘോഷോത്സവങ്ങളിൽ,
വനിത തൻ മാനം ഹനിക്കുന്നു നിത്യവും
രുധിരബീജന്മാർ, സമൂഹപ്രമാണിമാർ;
കുടയവർക്കാവുന്നു നിയമവും, ന്യായവും
ജടിലമീ സാമൂഹ്യനീതിബോധം.

ഇവിടെയാണിനി നീ ചരിക്കേണ്ട,തറിയാതെ
വിറയാർന്നിടുന്നെന്റെ ഹൃദയമിപ്പോൾ.
ജട പറിച്ചീ മണ്ണിലെറിയുന്നു ഞാൻ, നിന-
ക്കൊരു പുത്തനവതാരമേകിടുന്നു.
വളരണം നീയംബരത്തോള,മെരിയണം
അരുണനയനങ്ങളിൽ ധർമ്മരോഷം,
രുധിരപാനം ചെയ്തു, രക്തബീജന്മാരെ-
യൊരു തരിക്കില്ലാതൊടുക്കിടേണം, പിന്നെ-
യുലകിനെ നടുക്കുന്ന താണ്ഡവം ചെയ്യണം,
ദിങ്മണ്ഡലങ്ങൾ വിറയ്ക്കണം, കൂരിരുൾ
മാളങ്ങളിൽ പോയൊളിക്കണം, പേടിച്ചു,

കാളകൂടം ചീറ്റുമുരഗവർഗ്ഗം.
ഒടുവിൽ നിൻ പാദങ്ങളൂന്നാൻ നിനക്കെന്റെ
വിരിമാറു കാട്ടിത്തരാം ഞാൻ, അച്ഛന്റെ
വാത്സല്യമൂട്ടിത്തരാം ഞാൻ.

പുസ്തകപരിചയം

ഒരു പുസ്തകത്തിന്റെയുള്ളടക്കം പോലെ
നിന്നെ പഠിക്കുവാൻ നോക്കി,
മൗനമുറയും മനസ്സിനെത്തൊട്ടുണർത്തി,
ഉള്ളിലെരിയും ചിരാതിന്റെ തിരികൾ നീട്ടി,
വരികൾ മുഴുവനും വായിച്ചു, വായിച്ചിരിക്കവെ,
മറിയുന്നു താളുകൾ വീണ്ടും,
തെളിയുന്നു വാക്കുകൾ വീണ്ടും.

ഹൃദയത്തുടിപ്പിന്റെ വൃത്തവും, കത്തുന്ന
പ്രണയപ്പരപ്പിന്നലങ്കാരവും, വക്കു
ചിതറിത്തെറിക്കുന്ന സന്ധികൾ വാക്കുകൾ-
ക്കുതകുന്ന വ്യംഗ്യാർത്ഥസാരഭേദങ്ങളും,
തുടരുമദ്ധ്യായങ്ങളോരോ വിഭിന്നമാം
നിറമാർന്നു തെളിയുന്നുവെന്നിൽ, വന്നു
നിറയുന്നു നീയെൻ മനസ്സിൽ.

ഒരു വേള രാവിൽ മൃഗാങ്കരേണുക്കളെൻ
കരളിൻ സരസ്സിലേക്കൊഴുകി വീഴും, സ്വർണ്ണ-
വരമരാളങ്ങളാ രജതരേണുക്കളെ-
ത്തഴുകി മന്ദം നീന്തി നീങ്ങും, മറ്റൊ-
രളവിലാ സലിലം കലങ്ങുമാറാഞ്ഞടി-
ച്ചൊരു കൊടുങ്കാറ്റലറി വീശും; മാരി-
മുകിലുകളൊടുങ്ങാത്ത നോവിന്റെ നിലവിളി-
പ്പെരുമാരിയാകും ചിലപ്പോൾ,

കുളിരിൻ കരാംഗുലീലാളനം പോലെയെൻ
കരളിനെത്തഴുകും ചിലപ്പോൾ!
എഴുതാപ്പുറങ്ങളിൽ ചേതന വെറുങ്ങലി-
ച്ചൊരു വേള ഞാൻ വീണുറങ്ങും, പിന്നെ-
യൊരു ഗീതകത്തിന്റെ ശീലായി നി[illegible]ലെ-
ക്കറിയാതെ ഞാൻ പെയ്തിറങ്ങും.
പല വർണ്ണരാജികൾ തെളിയുന്ന ചിത്രങ്ങ-
ളൊടുവിൽ സമസ്യയായ് മാറും!

വെറുതെയിരിക്കുന്ന നേരത്തു വായിച്ച
താളുകൾ വീണ്ടും മറിക്കുന്നു ഞാൻ,
അടയാളമിട്ടു ഞാൻ സൂക്ഷിച്ചതൊന്നുമേ-
യൊഴിയാതെ വായിച്ചിരിക്കാൻ.
വരികൾക്കിടയ്ക്കു ഞാൻ വായിക്കവെ,
തെളിയുന്നതൊരു വർണ്ണരാജി മാത്രം, ഉള്ളി-
ലൊഴുകുന്ന സ്നേഹപ്രവാഹിനീതീരത്തു
വിരിയുന്ന മഴവില്ലു മാത്രം!

അറിയാമെനിക്കിനിപ്പകരമില്ലാത്തൊരീ
രചന തൻ ഭാഷയും, വ്യാകരണവും.
തുടരട്ടെ വീണ്ടുമദ്ധ്യായങ്ങളവയൊക്കെ-
യിനി നമ്മളൊന്നായ് രചിക്കാം;
അറിയാതെ വന്നു ചേരുന്നെങ്കിലക്ഷര-
പ്പിഴവുകൾ നോക്കിച്ചിരിക്കാം,
പ്രണയത്തിൻ നാരായമുനകൾ മിനുക്കി നാ-
മവയൊക്കെ വീണ്ടും തിരുത്താം,
നിയതി തൻ ചക്രവാളങ്ങളിൽ വായന-
പ്പടവുകൾ കേറിപ്പറക്കാം.

പ്രഭാതം

ഒരു കിനാപ്പൂവിൻ സുഗന്ധം നുകർന്നു ഞാ-
നിരുളിൻ പുതപ്പിൽ നിന്നൂർന്നിറങ്ങി.
അകലത്തൊരമ്പിളിക്കീറപ്പൊഴും പോയി
മറയാനൊരുങ്ങാതെ നോക്കി നിന്നു.
തുടുതുടെ മാനത്തൊരരുണോദയത്തിന്റെ
മറുപിള്ള മെല്ലെ പിറന്നു വീണു.
ഒരു ചില്ലുജാലകപ്പഴുതിലൂടെ നിന്റെ
കവിളത്തു ചന്ദനച്ഛവി പടർന്നു.
മധുരമാമേതോ കിനാവു നിൻ ചുണ്ടിലൊരു
ചെറുപുഞ്ചിരിപ്പൂ വിടർത്തി വെച്ചു.
അനഘമാ നിമിഷത്തിലെല്ലാം മറന്നു ഞാ-
നനുപമാനന്ദം നുകർന്നിരുന്നു.
ഒരു കുയിൽ പാട്ടിന്റെ ശീലുകളന്നേര-
മകലെ നിന്നൊഴുകിപ്പരന്നിരുന്നു.

നിഴൽ

പകലന്തി വരെ പതിവായെന്നുടെ
പിറകെത്തന്നെപ്പാഞ്ഞു നടന്നി-
ട്ടിടതും, വലതും, മുൻപും, പിൻപും
കരുതൽ തന്നു ചുഴന്നു നടന്നി-
ട്ടിരുളിൽ തപ്പിത്തടയുമ്പോൾ നീ
യെവിടെപ്പോയി മറഞ്ഞു? എന്നെ
തനിയേയാക്കി മറഞ്ഞു!

ചിരിയിൽ, കളിയിൽ, ചിറകു കരിച്ചൊരു
പൊരിവെയിലിൽ, ചങ്കുരുകും നോവിൽ,
അറിയാ വഴികൾ പിന്നിട്ടെവിടെ-
ത്തിരിയണമെന്നു പകച്ചൊരിടത്തിൽ,
ദുരിതക്കോമരമുറഞ്ഞു തുള്ളിയൊ-
രെരിതീക്കനലിൽ, നിനവിൽ, കനവിൽ,
എവിടെയുമെന്നുടെ കൂടെ നടന്നി-
ട്ടെവിടെപ്പോയി നീ?

പലതും നിന്നെപ്പഴികൾ പറഞ്ഞു,
ഒഴിയാബാധയിതെന്നു നിനച്ചു,
കലി ബാധിച്ച മനസ്സിൽ നിന്നെ-
പ്പിരിയാനാശിച്ചതിവേഗം ഞാൻ
പല ഭാഗത്തേക്കോടി നടന്നു;
പിരിയാതെന്നുടെ കാലിൽ പറ്റി-
പ്പിടിച്ചിരുന്നു നീ.

ഒടുവിലിതാ പകലറുതിയിലിവിടെ-
ത്തളരും തനുവും ഹൃദയവുമായി,
കരിമഷി ചിതറിയ ചിത്രം പോലെ
ഇരുളിൽ മങ്ങും കാഴ്ചകൾ നോക്കി-
യിരിക്കുകയാണെൻ കൂടെ നടന്നി-
ട്ടെവിടെപ്പോയി നീ?

ഇരുളിൻ കോട്ടയിറങ്ങി വരുന്നു
പൊരുളറിയാപ്പേക്കനവുക,ളിന്നെൻ
നിനവുകൾ നെഞ്ചിലെരിഞ്ഞമരുന്നു,
സിരകളിൽ ഭീതിനുരഞ്ഞുയരുന്നു,
ഇരവിൻ ഭീതിദ ഭൂമിയിലെന്നെ-
ത്തനിയെയാക്കി മറഞ്ഞു!

അറിയുന്നു ഞാനൊരു ദുസ്വപ്ന-
പ്പെരുമഴയിൽ നിന്നഹമുണരുമ്പോൾ,
ഇരുളിൻ കട്ടിക്കമ്പിളി വാരി-
പ്പൊതിയും പ്രജ്ഞയിലകമുണരുമ്പോൾ,
ഒഴിയാതെന്നെപ്പിന്തുടരുന്നതു-
മൊരുസന്ധ്യയ്ക്കുടൽ നീണ്ടു വളർന്നതു-
മൊടുവിലിരുട്ടിൽ കമ്പളമായതു-
മെല്ലാമെൻ നിഴൽ തന്നെ,
നീയെന്നരികിൽ തന്നെ!

പ്രണയം

പ്രണയം, ഒരായിരം പൂക്കളുടെ വർണ്ണങ്ങ-
ളുണരുന്ന ചിത്രം, കിനാവസന്തം;
പ്രണയം, ഒരഗ്നിപ്രവാഹമായ് മോഹങ്ങ-
ളെരിയുന്ന ഗ്രീഷ്മാതപപ്രഭാവം;
അലറുന്ന കാലവർഷത്തിൽ വികാരങ്ങ-
ളലതല്ലിയൊഴുകും നദീപ്രവാഹം!
പ്രണയ,മുൾക്കേദാരഭൂമിയിൽ കനവിന്റെ
വിള കൊയ്തെടുക്കും ശരത് സൗഭഗം;
മരണം തണുപ്പിൻ വിരൽസ്പർശമായ്, മൗന-
മുറയുന്ന ഹേമന്തശീതവാതം!
മിഴിനീരിലലിയാത്ത നഷ്ടസ്വപ്നങ്ങളാ-
മിലകൾ പൊഴിക്കുന്ന ശിശിരശൈത്യം!

ഹിമശൈലഭൂമിയിൽ ഹൃദയം നിവേദിച്ചൊ-
രുമ തന്റെ രാഗാർച്ചനാപ്രസാദം;
പ്രണയം, കനൽക്കണ്ണെരിച്ചു വെണ്ണീറായ-
മദനജന്മത്തിന്റെ ബാക്കിപത്രം.
ഇരവിൽ ജനൽചില്ലു മറയുന്ന മഞ്ഞിലൊരു
വിരലാൽ വരച്ചിട്ടൊരാർദ്രചിത്രം.
പ്രണയം, തൊലിപ്പുറത്തണിയുന്ന രോമാഞ്ച-
മിണകൾക്കു പകരുന്ന വ്യർത്ഥസൗഖ്യം!

പ്രണയം, അവാച്യാനുഭൂതി തൻ സ്വർഗ്ഗമായ്
കവികൾ വരച്ചിട്ട വർണ്ണചിത്രം.
പ്രണയം, ഉദാത്തമാകുമ്പോൾ മനുഷ്യന്റെ
ഹൃദയം ത്രസിക്കുന്ന രാഗോത്സവം;

ഒരു മുളന്തണ്ടിലലീണങ്ങളായ് ഗോപികാ-
ഹൃദയം മഥിക്കും ഹരിവിനോദം!
പ്രണയം, പ്രപഞ്ചസത്യം, പഞ്ചഭൂതങ്ങ-
ളിയലാത്ത മായാമനോജ്ഞഭാവം;
പ്രണയം, ഒരുൾക്കടലിലാർത്തലച്ചീടുന്ന
പ്രളയാബ്ധി തീർക്കും തരംഗനാദം!
ലളിതനിർവ്വചനങ്ങളരുതാത്ത, സങ്കീർണ്ണ-
ചലിതചാരുതയാർന്നൊരാത്മവേഗം!

അച്ഛനാവട്ടെ മകളേ നിനക്ക് ഞാൻ

മഴ നിലയ്ക്കാതെ പെയ്തൊരു രാവിന്റെ
പകുതി തീർന്നൊരാരാ ശപ്തമാം വേളയിൽ,
തഴുത് വീഴാത്ത ചെറ്റവാതിൽ തുറ-
ന്നവളെയും കൊണ്ടവൻ നടന്നീടവേ,
ചുമലിലേറ്റിയതച്ഛനാണെന്നോർത്തു
കവിളിലുമ്മ കൊടുത്തിരിക്കാമവൾ.
ഒടുവിലൊരു തീപ്പടർപ്പായി വേദന
തനുവിലാകെ പുളഞ്ഞു കേറീടവെ,
'അരുത് മാമാ' എന്നറിയുന്ന ഭാഷയിൽ
നില വിളിച്ചു കരഞ്ഞിരിക്കാമവൾ.

ഒരു നിഴൽ പോലുമെതിരെ ചലിച്ചില്ല,
തരുലതാദികൾ തടയാൻ തുനിഞ്ഞില്ല,
കഠിനവേദനയിലുയരുന്ന നിലവിളി
എവിടെ നിന്നെന്നതാരും തിരഞ്ഞില്ല!
ഒരു കൊടുങ്കാറ്റു വഴി മാറി നിന്നതിനു,-
മൊരുമഴക്കാറിലമ്പിളി മറഞ്ഞതിനു,-
മഖിലസാക്ഷി തൻ കണ്ണുകളടഞ്ഞതിനു-
മരുളുമോ ന്യായവാദമാരെങ്കിലും?!

പുഴുവരയ്ക്കുന്ന ധർമ്മബോധങ്ങളും,
ചിതലരിക്കുന്ന തത്വശാസ്ത്രങ്ങളും,
മിഴി തുറക്കാതെ,യളവിൽ പിഴയ്ക്കാതെ
തെളിവ് നോക്കുന്ന നീതിപീഠങ്ങളും,
വില പിടിപ്പുള്ള വാർത്തയായ് പീഡനം

പൊലി പൊലിക്കുന്ന മാധ്യമാക്രാന്തരും
വെറുതെ വിട്ടേയ്ക്കുമൊരു വേളയീ കാമ-
വെറിയനെ,യവൻ പുരുഷനാണെങ്കിലോ;
അരുതെനിക്കിനിപ്പുരുഷനെന്നോതുവാൻ,
അരുമമക്കളുടെ മിഴികളിൽ നോക്കുവാൻ.

ഇനി നിനക്കു ഞാൻ നല്കുന്നിതാ വിട,
പിരിയുവാനല്ല പോയി വന്നീടുവാൻ.
കനിവുലാവുന്ന പുണ്യതീരങ്ങളിൽ
ഇനിയെനിക്കു നീ മകളായ് പിറക്കണം,
വിരലു ചൂണ്ടിശ്ശപിച്ചു നീ പീഡന-
പ്പടനിലങ്ങൾ മുച്ചൂടും മുടിക്കണം,
മനുജരാശിയിൽ പുണ്യം നിറയ്ക്കുന്നൊ-
രമൃതവാഹിനിക്കുറവയായ് തീരണം.
ഒടുവിലാ പുണ്യഗംഗയിൽ നിന്നൊരു
കണികയീയച്ഛനുദകമായ് നല്കണം.

കടൽ വിളിച്ചപ്പോൾ

ചെറ്റവാതിലിനുള്ളിൽ
കുരുന്നുകൾ അലമുറയിട്ടു കരഞ്ഞു.
ഷഡാധാരങ്ങളിൽ വിശപ്പിന്റെ കൊള്ളിയാൻ മിന്നി.
തുഴയെറിയുന്ന അരയന്റെ സീൽക്കാരം പോലെ
കാറ്റ് മൂളിയപ്പോൾ,
ഒരു നോട്ടം വീണ്ടും തിരപ്പുറത്തേക്ക് പാറി.
കേരത്തലപ്പുകൾ നിസ്സംഗമായി തലയാട്ടി.

കർക്കടകം വറുതി പെയ്ത തുറയിൽ,
വരണ്ട മുല ചപ്പി
വിശപ്പ് തളർന്നുറങ്ങിയപ്പോൾ,
അലമാലകളുടെ അലർച്ചയിലേക്ക് തുഴയെറിഞ്ഞവൻ,
നിലവിളിയുടെ അലകൾ എത്താത്തിടത്ത്
അവനെങ്ങോട്ടാണ് തുഴയുന്നത്?
ദുരിതങ്ങളുടെ ചാകരയൊഴിയാത്ത കടപ്പുറത്ത്
അരയത്തിയുടെ ചേലത്തുമ്പിൽ
സംശയം കൊത്തി വലിക്കുന്നത്
അവനറിയുന്നില്ലല്ലോ!
കടലലകൾ വന്നെത്തി നോക്കി
ചിരിച്ച് മറിയുന്നത് അവൻ കാണുന്നില്ലല്ലോ!

കടലോളം സ്നേഹം അകത്തെ ചിപ്പിയിൽ
മുത്തായുറഞ്ഞിട്ടും,
കട്ടമരങ്ങളുടെ മറവിൽ തുറയിലുള്ളവർ
'പിഴച്ചവൾ' എന്ന നാമധേയം അവൾക്ക്

ആവർത്തിച്ച്, മുദ്ര വെച്ച് ചാർത്തിക്കൊടുക്കുമ്പോൾ,
തുറയിലെ സദാചാരം തകർന്നുവത്രെ!
അരയനെക്കൊന്നവളെന്ന് കാറ്റും കടലും
അവളെ നോക്കി അലറി.

ചേക്കേറാൻ മടിക്കുന്ന കടൽക്കാക്കയെപ്പോലെ
മിഴിക്കൂട് വിട്ട നോട്ടം തിരകൾക്കു മേലെ
ചക്രവാളത്തിലേക്ക് പറന്നപ്പോൾ,
ഒലിച്ചിറങ്ങിയ സൂര്യന്റെ ചോര
കറുത്തു തുടങ്ങിയിരുന്നു.
കറുത്ത കടൽ കാലിൽ ചുറ്റി വലിച്ചത്
തന്നിലേക്ക് ചേർക്കാനോ,
മാപ്പിരക്കാനോ?

തുന്നിച്ചേർക്കാത്ത വലയും,
പൊട്ടിയ പങ്കായവുമായി,
തുള വീണ തോണിയിൽ
ചക്രവാളം നോക്കിത്തുഴയുമ്പോൾ
ചെറ്റവാതിലിനുള്ളിൽ നിന്ന്
ഒരു തളർന്ന നിലവിളി മാത്രം
അല്പനേരം അവളെ പിന്തുടർന്നു.

നാം നിസ്സഹായർ

കണ്ണു പൊത്തിക്കൊള്ളാം, നാവടക്കിക്കൊള്ളാം,
കണ്ണീരണക്കെട്ട് കെട്ടി നിർത്താം,മെന്റെ
കണ്ഠമെനിക്കു തന്നേക്കൂ.

കേളികൊട്ടൊട്ടു മുഴങ്ങി,
തിരശ്ശീല മാറ്റിത്തിരനോട്ടമായി,
അരങ്ങിതിൽ കത്തി തകർത്തു നിന്നാടി,
കാണുന്നോർ 'ബലേ ബലേ ഭേഷ്' ചൊല്ലി.

ഗോകർണ്ണമല്ലേയി(!)തിവിടുന്നെനിക്കിനി
കന്യാകുമാരിക്ക് പോണമെന്നാലതീ
ചോരക്കളം നീന്തി വേണം, വിലാപത്തിന്
തീരാത്ത തോറ്റങ്ങൾ കേട്ടു വേണം,
കോടി വാരിപ്പുതപ്പിച്ചു പ്രേതം ചുമക്കുന്ന
ജീവച്ഛവങ്ങൾ തൻ താളം പിഴച്ചൊരാ
കാലൊച്ച കാതോർത്തു വേണം, ഭയത്തിന്റെ
തീരാക്കയം നീന്തി വേണം.

ഗോകർണ്ണമല്ലേയി,തിവിടുന്നെനിക്കിനി
കന്യാകുമാരിക്ക് പോണമെന്നാലെൻ
കഴുത്തിന്മേലെന്നും ശിരസ്സു വേണം.

'മുദ്ര'യേതാകിലും, 'വാക്യ'മേതാകിലും
നട്ടെല്ലിനെന്തേ വളഞ്ഞു കൂടാ?!
സ്വന്തമായെന്തിന്നഭിപ്രായമാരാന്റെ

ചിന്തയ്ക്ക് ജയ് വിളിച്ചൂടേ! നമുക്കെല്ലാ-
മുണ്ണാ,നുറങ്ങാൻ, ചിരിക്കാ,നൊരിത്തിരി-
ക്കണ്ണീർ പൊഴിക്കുവാൻ, എല്ലാമതങ്ങനെ
തന്നെയെന്നൊന്നു കുലുക്കാൻ കഴുത്തിന്നു
മോളിലേക്കില്ലെന്നാലെന്തു ചെയ്യും?

കണ്ണു പൊത്തിക്കൊള്ളാം നാവടക്കിക്കൊള്ളാം
കണ്ണീരണക്കെട്ട് കെട്ടി നിർത്താമെന്റെ
കണ്ഠമെനിക്കു തന്നേക്കൂ.

രാത്രി

മുത്തും, പവിഴവും,
മകരവും, മണലാഴവും,
ചെളിയും, ചുഴിയും, ചൂടും, തണുപ്പും
നെഞ്ചിലൊളിപ്പിച്ച കടൽ പോലെ,
കാണാക്കാഴ്ചകളുടെ ഭണ്ഡാഗാരമായി
തമസ്സിന്റെ മഹാർണ്ണവം!

രാത്രി..
പറയാനാവാത്ത വിചാരങ്ങൾ
മനസ്സിലൊളിപ്പിച്ച്,
നിശ്വാസങ്ങളും സീൽക്കാരങ്ങളും ഉള്ളിലൊതുക്കി,
നിമ്നോന്നതങ്ങളെ രത്നഖചിതകമ്പളത്താൽ പുതച്ച്,
മദാലസമായി മയങ്ങുന്നവൾ!

രാത്രി...
അന്ത്യയാമങ്ങളിൽ സൈറൺ മുഴക്കി
ജീവൻ പിടിച്ചു വെച്ചോടുന്ന മരണവെപ്രാളവും,
പകലിനന്യമായ ഇരുളിന്റെ വന്യസംഹാരസംസ്കാരവും,
വിടൻ വില പറഞ്ഞുരിഞ്ഞ ചേലയും,
നിഴൽ വിട പറഞ്ഞൊഴിഞ്ഞ വാടിയും,
കനൽ ചിത നിറഞ്ഞെരിഞ്ഞ ചുടലയും
ഒരു പോലെ, ഒരേ നിറത്തിൽ കണ്ട്,
നിർലജ്ജം, നിറമില്ലാതെ ചിരിക്കുന്നവൾ!

രാത്രി...
ഒരുമുത്തശ്ശിക്കഥയുടെയും,താരാട്ടിന്റെയും
സ്നേഹസ്മരണകളിൽ
പാലപ്പൂവിന്റെ ഗന്ധവും, ഭീതിയും പുരട്ടുന്നവൾ!
ഒരു പേക്കിനാവിന്റെ ഇടവേളയിൽ
ജനലഴിയിൽ കാറ്റൂതി വിളിക്കുന്നവൾ!

രാത്രി...
ചിലപ്പോൾ ഉള്ളിലുറങ്ങുന്ന മുരൾച്ചയോടെ
നഖം നിവർത്തിക്കുതിക്കാൻ പഴുതു നോക്കുന്ന
ഭീകരസത്വം പോലെ,
ചിലപ്പോൾ സ്വപ്നനിർവൃതിയിലലിഞ്ഞ കാമിനിയെപ്പോലെ,
ചിലപ്പോൾ അടയിരിക്കുന്ന ഒരു വൻപക്ഷിയെ പോലെ!

രാത്രി..
വാസരാന്ത്യത്തിലെ അനിവാര്യത!
വാക്കുകൾക്ക് വഴങ്ങാത്ത അനിർവ്വചനീയത!
ഒരു നിറത്തിലും വരയ്ക്കാനാവാത്ത അപ്രമേയത!

അബദ്ധലോകം

എങ്ങനെ ചിരിക്കാതിരിക്കും?!
ബുദ്ധിയും സ്വബോധവുമില്ലാത്തവരാണെവിടെയും!
എന്തിനധികം,
വിധാതാവ് പോലും അബദ്ധങ്ങളല്ലേ ചെയ്തിരിക്കുന്നത്!
നിലത്തിഴയുന്ന പാവം പാമ്പുകൾക്ക് വിഷപ്പല്ലുകൾ,
എന്നാൽ ഉഗ്രവിഷമുള്ള മനുഷ്യനെ എങ്ങനെ തിരിച്ചറിയാൻ?

പടിഞ്ഞാറേ മാനത്ത് എന്നും
ബാധ കേറിയ സൂര്യന്റെ കനലാട്ടം;
ഇങ്ങ് തീരത്ത് നിരയായി
തെങ്ങുകളുടെ തിറയാട്ടം, കാറ്റിന്റെ തോറ്റം;
എന്നിട്ടും ദുരിതം തീരാതെ
കടൽ തല തല്ലി ക്കരയുന്നത് കണ്ടോ?
എങ്ങനെ ചിരിക്കാതിരിക്കും?!

പുഴയായ പുഴയെല്ലാം
അലച്ചു തല്ലിക്കരഞ്ഞോടി കടലിലെത്തുന്നതെന്തിന്?
മേഘരൂപിയായി ഒരു തിരിച്ചു പോക്കിനോ?
വീണ്ടും പഴയ വഴിയിൽ ഉഴറിയോടാനോ?

എന്തിനേറെ?
ചുറ്റും ഭ്രാന്തന്മാർ ഗൗരവത്തിൽ നടക്കുമ്പോൾ,
എന്റെ കാലിലെ ചങ്ങല നോക്കി
എങ്ങനെ ചിരിക്കാതിരിക്കും?

വീണ്ടുവിചാരം

ഇനിയും നടക്കട്ടെ ഞാനീ മണൽക്കാട്
താണ്ടുവാനിനിയെത്ര ദൂരം!
മൃഗതൃഷ്ണ തോറും നിരാശ പൂത്തുലയുന്ന,
വെയിലുച്ചിയിൽ അഗ്നിമാരിയായ് പെയ്യുന്ന,
വറമണൽതരികളിൽ കെടുകർമ്മമെരിയുന്ന,
മരണം പുളയ്ക്കുന്ന, സ്മൃതികൾ മരിക്കുന്ന,
പകലു,മിരവും ചുട്ടു പൊള്ളും മണൽക്കാട്
താണ്ടുവാനിനിയെത്ര ദൂരം?!

വളരും മനുഷ്യന്റെ ദുരയുടെ മണൽക്കാറ്റ്
കലി തുള്ളി നിൽക്കയാണിവിടെ.
ഒരു കാട്ടുപൂവിൻ സുഗന്ധമില്ല, മണ്ണി-
ലൊരു നീർത്തടത്തിൻ കുളിർമ്മയില്ല.
ഇരുളിൻെറ നെഞ്ചകം കീറുവാനിവിടെയൊരു
ചീവീടു പാടുന്ന പാട്ടുമില്ല.
കരളിലെ വേനൽക്കൊടും ചൂടകറ്റുവാ-
നൊരു കുളിർകാറ്റിൻ തലോടലില്ല.
മഴ കാത്തു നിൽക്കുന്ന മലമുഴക്കിക്കൊന്നു
ചിറകൊതുക്കാൻ മരച്ചില്ലയില്ല.
വറുതി തൻ നേർക്കാഴ്ച്ച മിഴികളിൽ തറയുന്ന,
വയറിൽ വിശപ്പിന്റെ വെള്ളിടികൾ വെട്ടുന്ന,
കുരുതിക്കളങ്ങളിൽ പ്രേതങ്ങൾ നിറയുന്ന,
പകയുടെ നെരിപ്പോട് നെഞ്ചുകളിലെരിയുന്ന,
മിഴിനീരു പോലും വരണ്ടു കണ്ണെരിയുന്ന,
സകലനാശം നൃത്തമാടും മണൽക്കാട്
താണ്ടുവാനിനിയെത്ര ദൂരം?!

ആകാശഗംഗ തന്നതിരുകളിലെവിടെയോ
അരിയ വിദ്യുത്കാന്തതിരമാല* സകലതും
ശിഥിലീകരിക്കാൻ വരുമ്പോൾ,
ഒരു മാത്ര മാത്രം കൊതിപ്പൂ നടന്ന വഴി-
യൊരു വേള വീണ്ടും നടക്കാൻ.
ഒരു മാമരത്തിന്റെ തായ് വേരറുക്കാതെ,
ഒരു കിളിക്കൂടിനെ തല്ലിത്തകർക്കാതെ,
ഒരു നീർത്തടം ആർത്തി കൊണ്ടു മൂടീടാതെ,
അമൃതം ചുരത്തുന്ന മുലകൾ ഛേദിക്കാതെ,
തളിരിളം പുല്ലിന്റെ സ്പർശം നുകർന്നു കൊ-
ണ്ടൊരു വേള വീണ്ടും നടക്കാൻ.

പടയുടെ പെരുമ്പറകളൊന്നും മുഴക്കാതെ,
പകതന്റെ പോർമുനകൾ രാകി മുന കൂർപ്പിച്ച്,
വിഷവും, വിഷാണുവും തമ്മിൽ തൊടുക്കാതെ,
ജല,ജീവവായുക്കൾ വില പേശി വിൽക്കാതെ,
ജനനി തൻ ശാപം ശിരസ്സിൽ പതിക്കാതെ-
യൊരു വേള വീണ്ടുമാ വഴി നടക്കാൻ.

ഇനിയും പൊറുക്കുമോ ക്ഷിതിയീ
മനുഷ്യനോ-
ടിനിയീ വ്രണശ്രേണി മറയുമോ? ഈ മാറി-
ലിനിയുമീ പാപികൾക്കായിച്ചുരത്തുമോ
നിറയുന്ന സ്നേഹം, സുധാപ്രവാഹം!

* കോസ്മിക് സുനാമി

വനിതാദിനം

വേനൽ ചൂടിന്റെ മാറിലൂടെ
ഒരു മിന്നൽപിണർ പാഞ്ഞു പോവുന്നു.
കാലം തെററിയെത്തിയ മഴമേഘങ്ങളുടെ വിഷവർഷം,
കാറ്റിൽ കാണാത്ത ദുരിതങ്ങളുടെ നിശ്വാസം,
ദിക്കുകൾ തോറും പ്രതിധ്വനിക്കുന്ന ഇടിമുഴക്കത്തിലേതോ
നിരാലംബകളുടെ ദുർബ്ബലരോദനം.
ഇന്ന് വനിതാദിനം!

അമ്മയും, സഹോദരിയും, ഭാര്യയും, മകളും
ഏതോ ദുസ്വപ്നലോകത്ത് അലയുന്നത് കണ്ട്
കണ്ണും, കരളും പൊള്ളുന്നു.
ഒരു പുഞ്ചിരിയുടെ കാപട്യത്തിലും,
ഒരു വാത്സല്യത്തിന്റെ വഞ്ചനയിലും,
ഒരു പ്രണയത്തിന്റെ പ്രലോഭനത്തിലും
നാട്ടിലും, വീട്ടിലും, കാട്ടിലും, തോട്ടിറമ്പിലും,
അവർക്ക് കളങ്കിതയെന്ന നാമം ചാർത്തിക്കിട്ടുന്നു.
മാധ്യമങ്ങളും ജനലക്ഷങ്ങളും പതിവായി
ഇത് സാഘോഷം കൊണ്ടാടുന്നു.
ഇന്ന് വനിതാദിനം!

പടിഞ്ഞാറേ ചക്രവാളത്തിൽ സന്ധ്യയെ
ഒരു കാളരാത്രി ക്രൂരമായി മാനഭംഗം ചെയ്യുന്നു;
പടർന്നിറങ്ങിയ രക്തച്ചുവപ്പിൽ
സദാചാരക്കഴുകന്മമാർ മുങ്ങിത്തുടിക്കുന്നു.
ഇന്ന് വനിതാദിനം!

പുണ്യം നശിച്ച ഭൂമിയുടെ കരൾ വെന്ത വേനലിൽ
ഇവിടെ നീരാവിയായത് പുഴയും കടലുമായിരുന്നില്ല;
അപമാനിതയായ പെണ്ണൊഴുക്കിയ കണ്ണീരായിരുന്നു.
പെയ്തത് മഴയല്ല;
പെണ്ണ് കരളെരിഞ്ഞുതിർത്ത ശാപങ്ങളായിരുന്നു.
ആ കുത്തൊഴുക്കിൽ കാപട്യം പൊതിഞ്ഞ
കാമവെറിയുടെ ഔദ്ധത്യം മുറിച്ചെറിയപ്പെടും.
നീതിയുടെ തുലാസിൽ തെളിവുകളേക്കാൾ
മാനത്തിന് തൂക്കമേറും.

ഒരു പുരുഷജന്മത്തിന്നപമാനം പേറി
തല താഴ്ത്തി നടക്കുമ്പോളാരോ പറഞ്ഞു
‘ ഇന്ന് വനിതാദിനം.’

ചില്ലക്ഷരങ്ങൾ

അർത്ഥപൂർത്തിക്കായ് നിർബ്ബന്ധമെങ്കിലും
അക്ഷരസ്ഥാനം ലഭിക്കാത്ത ശബ്ദങ്ങൾ,
വാക്കുകൾക്കൊന്നും തുടക്കം കുറിക്കാതെ
നോക്കി നില്പാണങ്ങിടയ്ക്കും തലയ്ക്കുമായ്.
സമ്പൂർണ്ണമാക്കുമൊട്ടേറെ പദങ്ങളെ
സന്ദേഹമില്ലതെന്നാലും, സ്വരങ്ങളെ
ചാരാതെയെന്നും ശിരസ്സുയർത്തിപ്പിടി-
ച്ചീടുന്ന വ്യഞ്ജനപ്പോരാളികളിവർ!

മൗനം തിളയ്ക്കുന്ന പിന്നാമ്പുറങ്ങളിൽ
ചെന്നിണം നീരാക്കിയന്നം വിളമ്പുവോർ,
നന്മുലപ്പാലൂട്ടി നാളത്തെ മർത്ത്യനായ്
നന്മകൾ ചേർക്കുന്ന സ്നേഹപ്പെരുംകടൽ,
അർദ്ധദേഹം നൽകി വിശ്വമാകെ പുരു-
ഷാർത്ഥങ്ങൾ സാഫല്യപൂർണ്ണമാക്കുന്നവർ.

ചില്ലക്ഷരങ്ങൾ - ഇവർക്കക്ഷരങ്ങളായ്
തെല്ലും കൊടുത്തില്ല സ്ഥാനമെന്നാകിലും,
ചൊല്ലർത്ഥപൂർണ്ണമാവില്ലെന്നതോർക്കുകീ-
ച്ചില്ലക്ഷരങ്ങളില്ലാതെ വന്നീടുകിൽ.

അൽഷിമേഴ്സ്

ഓർമ്മയുടെ ചുവരിൽ കീറിയൊട്ടിച്ച
നിറം മങ്ങിയ മരണ വാർത്തകൾ
മടുപ്പിന്റെ പഴകിയ മണമുതിർത്ത്,
വീണ്ടും വീണ്ടും വേദനിപ്പിക്കാൻ
വൃഥാ ശ്രമിക്കുമ്പോൾ,
മരണം മരിക്കാത്ത ഒരോർമ്മ പോലുമല്ലെന്ന്
ഒരു മുറിവാലൻ പല്ലി മൂലയിലിരുന്ന് ചിലച്ചു.

വിരസതയുടെ നര വീണ പുതപ്പിനടിയിൽ
ഓർമ്മകൾ ഉറങ്ങിക്കിടന്നു.
തെളിയാത്ത കണ്ണാടിയിൽ പാതി പതിഞ്ഞ പ്രതിബിംബം
പേരും പരിചയവുമില്ലാതെ വെറുതെ ചിരിച്ചു.
വിശപ്പ് തിരിച്ചറിയപ്പെടാതെ, പരിഭവിച്ച്,
വയറിനുള്ളിൽ പതം പറഞ്ഞു മടുത്തു.
നിമിഷങ്ങൾ ഒച്ച വെക്കാതെ കടന്നു പോകുന്ന,
ഇരുട്ടും വെളിച്ചവുമില്ലാത്ത ഇടനാഴിയിൽ,
നിഗൂഢത മാറാലകൾ തീർത്തു.

ഗതകാലചരിത്രം ഗൂഢലിപിയിൽ കോറിയിട്ട തൊലിക്കുള്ളിൽ,
അവാച്യമായ സുഖാനുഭൂതി ഒളിപ്പിച്ചു വെയ്ക്കുന്ന
വരട്ടുചൊറിയുടെ പ്രലോഭനം!
ചലനം നഷ്ടപ്പെട്ട കൈകൾ
മനസ്സിനെ പഠിപ്പിക്കുന്ന സംയമനം!
താളം തെറ്റിയ ഹൃദയത്തിൽ
പറക്കാൻ വെമ്പുന്ന ജീവന്റെ ആന്ദോളനം!

ആരോ പകർന്ന സ്നേഹം,
മണലാഴിയിൽ വീണ മഴത്തുള്ളി പോലെ
ഞൊടിയിടയിൽ മറയുമ്പോൾ;
മിഴികൾ വിദൂരതയിൽ
എന്തിനെന്നറിയാതെ അലയുമ്പോൾ;
എന്നോ ഇറക്കി വെച്ച
ഓർമ്മയുടെ മാറാപ്പ് തിരയാതെ,
ഹൃദയം അന്ത്യത്തിലേക്ക് മിടിച്ചു കൊണ്ടേയിരുന്നു.
കാറ്റും കോളുമില്ലാത്ത മറവിയുടെ കടലു താണ്ടാൻ
തുഴ പോലും ബാക്കി വെക്കാതെ
അസ്തിത്വം മുങ്ങാങ്കുഴിയിട്ടു മറഞ്ഞു.
ഓർമ്മകൾ മുങ്ങി മരിച്ച നീർക്കയത്തിൽ
കാലം ദിക്കറ്റു നിന്നു.

ദൈവം ഉണർന്നപ്പോൾ

ദൈവം ഉറങ്ങുകയായിരുന്നു.
കാലൊച്ച കൊണ്ടുണർത്താതെ,
വേദനകളുടെ മുറി തുറന്ന്,
നിഴൽ വീഴാത്ത ഇരുളിന്റെ ഇടനാഴിയിൽ
അവൾ മെല്ലെ നടന്നു.

പീഡകളുടെ യോഗാഭ്യാസം ഒരു ജന്മംകൊണ്ട്
ഹൃദയത്തെ ബലപ്പെടുത്തിയിരിക്കുന്നു,
മുറിപ്പാടുകൾ പോലും മാഞ്ഞു പോയിരിക്കുന്നു,

വിളിപ്പാടകലെ ചെകുത്താന്റെ നിശ്വാസം
ഒരു ചെറുകാറ്റായി ഇറയത്ത് ചുറ്റി നടന്നു,
ജാലകപ്പാളികളെ ഇക്കിളിയിട്ട് ചിരിപ്പിച്ചു.
പ്രലോഭനത്തിന്റെ തണുത്ത വിരൽ
കതകിൽ മുട്ടുന്നതവൾ കേട്ടു.

അടുക്കളയിൽ പഴകിയ മണം തങ്ങി നിന്നു.
വെറുപ്പിന്റെ ഉച്ഛിഷ്ടങ്ങൾ
പാതകത്തിൽ ചിതറിക്കിടന്നു.
മാറാല പൊതിഞ്ഞ ചുമരിൽ നിന്ന്
നിസ്സംഗത ഒഴുകിയിറങ്ങി,
അവൾക്ക് ചുറ്റും തളം കെട്ടി കിടന്നു.

അനിർവ്വചനീയമായ ഒരനുഭൂതിയിൽ
ഉള്ളിൽ മുരണ്ടു കൊണ്ടിരുന്ന ചിന്തയെ

അടുക്കളമുറിയിൽ ഓടി നടക്കാൻ
അവൾ തുറന്നു വിട്ടു.
വെളിച്ചം വന്ന് തൊട്ടശുദ്ധമാക്കാതിരിക്കാൻ
ജാലകങ്ങൾ കൊട്ടിയടച്ചു.
ഒരു തീപ്പെട്ടിക്കമ്പുരച്ച വെളിച്ചത്തിൽ
അന്നാദ്യമായി ദൈവം ഞെട്ടിയുണർന്ന്
അവളെ നോക്കി.
ദൈവത്തിന്റെ പകച്ച കണ്ണുകളിലേക്ക്
അവളുടെ ചിരി ആളിക്കത്തി.

ചൊല്ല്

ചൊല്ലുകൾ പലതുള്ളപ്പോൾ
പഴഞ്ചൊല്ലും വെറും 'ചൊല്ല്'.
കൃത്രിമരത്നമുള്ളപ്പോൾ
രത്നവും സംശയാസ്പദം.
ബുദ്ധിയെന്നതൊന്നില്ലെങ്കിൽ
ഭാവനയ്ക്കെവിടെ സ്ഥാനം?
മറ്റെന്തിനേക്കാളുമേറെ
'സ്ഥാന'ത്തിനു മുഖ്യസ്ഥാനം.
ആനക്കാര്യത്തിന്നിടയ്ക്കായ്
ചേനക്കാര്യമുരയ്ക്കൊലാ.
എങ്കിലും 'പത്തെ'ഴുതീടാൻ
'ഒന്നെ'ഴുതണമാദ്യമായ്.
'നൻമൊഴികൾ നൻമുത്തുകൾ'
പണ്ടുള്ളവർ പറഞ്ഞത്രെ.
മുത്തിനോ ദ്വാരമുള്ളപ്പോൾ
മാത്രമാണുപയോഗവും.
ചൊല്ലിനും വേണമോ ദ്വാരം
പ്രയോജനം ലഭിക്കുവാൻ?!

ഗജമാണ് ഞാൻ

മുറുകുന്ന മേളത്തി, ലുയരുന്ന ഭേരിയിൽ
പൊടി പൊടിക്കുന്നു നരന്നുത്സവം.
മദനീരുണങ്ങാത്ത ചെന്നിയിൽ പതിയുന്നു
വലിയ കാരക്കോലിന്നാധിപത്യം.
ഗജമാണു ഞാനൊത്ത ലക്ഷണം ചേർന്നോരു
തലയെടുപ്പുള്ള കരിവീരനാണ്.
എവിടെയുത്സവമേളമുയരുമ്പൊഴും തിട-
മ്പുയരത്തിലേന്തുന്നതെന്റെ ദൗത്യം.
പതിനായിരങ്ങളെൻ തലയെടുപ്പിൻ മതി-
പ്പഭിമാനമോടെയളന്നിടുമ്പോൾ,
തളരാതെ നന്നായുയർത്തിപ്പിടിക്കണം
തല, ചെവിയിടുക്കിലെ നോവകറ്റാൻ;
ആഴുന്ന തോട്ടിയും വലിയ കാരക്കോലു-
മേകുന്ന നോവൊന്നകറ്റി നിർത്താൻ.

ഒരു കാലമുണ്ടായിരുന്നെനിക്കന്നു ഞാൻ
ഹരിതാഭ ചൂഴും വനങ്ങൾ തോറും,
തടിനീതടങ്ങളിൽ പ്രിയരുമായ് മേളിച്ചു
പൊടി വാരി വാരിക്കുളിച്ചിരുന്നു;
മുള ചീന്തിയരി നുണഞ്ഞകവും നിറഞ്ഞാർത്തു
ചുര മാന്തിയെങ്ങും മദിച്ചിരുന്നു.
അറിയുകില്ലായിരുന്നാ വഴിത്താരയിൽ
ചതിയുമായാരോ കുഴിച്ച കാര്യം.

അവിടെത്തുടങ്ങിയെൻ കാലിലെച്ചങ്ങല-
പ്പാടിൽ വരച്ചിട്ട കഷ്ടകാലം!
പാരതന്ത്ര്യത്തിന്റെ ബാലപാഠങ്ങൾ ഞാൻ
കാരസ്കരം പോൽ കുടിച്ച കാലം!
കുടിലമാം കൗശലം കണ്ടെൻ മനസ്സിലെ
വനതൃഷ്ണ പോലും മരിച്ച കാലം!

ഇവിടെയീ പൂരപ്പറമ്പിലിന്നെരിവെയിൽ
നിറുകയിൽ നരകം കൊളുത്തിടുന്നു;
കറുകറെ പൊള്ളുന്ന പാതയിൽ പാദങ്ങൾ
വ്രണിതമായ്, ജീവൻ പിടച്ചിടുന്നു;
എരിപൊരിക്കൊള്ളുന്ന ചൂടാണ്, കണ്ണിലേ-
ക്കുരുകിത്തെറിക്കും വെളിച്ചമാണ്.
കതിനകൾ പൊട്ടുന്നു, ധമനികളിലുന്മാദ-
മുറവയായ് ചാലിട്ടു പാഞ്ഞിടുന്നു.
മറയുന്നു പൂരപ്പറമ്പും, ജനങ്ങളും
മിഴികളിൽ തിമിരം പടർന്നിടുന്നു;
അന്യമായീടുന്നു മേളങ്ങൾ ചെവികളിൽ
വന്യമാമേതോ മുരൾച്ച മാത്രം!
എവിടെയോ കൊമ്പുകൾ കോർക്കുന്നു, കാലുകൾ-
ക്കടിയിലായെന്തോ തകർന്നിടുന്നു!
പടരുന്ന ചോരയുടെ ചൂരും, മനുഷ്യരുടെ
നിലവിളിയുമൊഴിയാതുയർന്നിടുന്നു.

ഉണരുന്നു പാരതന്ത്ര്യത്തിന്റെയറിവിലേ-
ക്കുണരുന്നു ഞാനീ മരച്ചുവട്ടിൽ;
ഒരു കൂച്ചുചങ്ങലക്കെട്ടിൽ തളഞ്ഞിനി-
ത്തുടരുകയായെൻെറ കഷ്ടകാലം!

പുറപ്പെട്ടു പോയ മകൻ

പുറപ്പെട്ടു പോയതാണെൻ മകൻ, രാത്രിയി-
ലുറങ്ങുന്ന വീട്ടിൽ നിന്നാരെയുമുണർത്താതെ.
പുലരുന്നതിൻ മുൻപുണർത്തി, പഠിക്കുവാൻ
പറയുന്ന പതിവിനായ് ഞാനെത്തിയെങ്കിലും,
അതിന് മുമ്പേ പോയ് മറഞ്ഞവൻ, തെറ്റട്ടെ
പതിവുകൾ തെല്ലെന്നുറപ്പിച്ച മാതിരി.

പരിഹസിപ്പൂ മേശമേലെന്നെ നോക്കിയി-
ട്ടവനിറങ്ങിപ്പോയ പുസ്തകത്താളുകൾ.
പല നിറത്തിൽ ഗോഷ്ഠി കാട്ടി, പഠിക്കുവാൻ
ചുമരിൽ ഞാനൊട്ടിച്ച സമയക്കണക്കുകൾ.
പരമപുച്ഛത്തോടെ മൂലയിൽ ചാരിയെൻ
പരിതാപമേറ്റുന്നു നെടിയ ചൂരൽവടി.

മുറിയിലൊരു കോണിൽ കിടപ്പൂ, പ്രതീക്ഷകൾ
മുതുകിലവനേന്തിയ പുസ്തകസ്സഞ്ചികൾ;
അതിലവന് സ്വന്തമായുണ്ടായിരുന്നുവോ
കനവുകളതൊന്നും തിരഞ്ഞിരുന്നില്ല ഞാൻ.

തൊടിയിലവനോടിക്കളിക്കുവാൻ പോവില്ല
പനി പിടിപ്പിക്കരുതെന്നു ഞാൻ ചൊൽകയാൽ;
കഥകൾ പറഞ്ഞിരിക്കാറില്ല, ഗൃഹപാഠ-
മഥവാ തികയ്ക്കുവാൻ സമയമില്ലെങ്കിലോ!
അരുതധികമാരോടുമമിതസൗഹാർദ്ദമെ-
ന്നവനെയുപദേശിച്ചു, നേർവഴി നടക്കുവാൻ.

അനുസരണയേറെയാണതിനാൽ മനുഷ്യരോ-
ടധികമുരിയാടുവാൻ തുനിയാറുമില്ലവൻ.
എഴുതിയ പരീക്ഷകളിലെല്ലാം മിടുക്കനാ-
മവനൊഴികെയാരുമില്ലൊന്നാമതാകുവാൻ.
ഒരു നല്ല വാക്കും പറഞ്ഞില്ലയെന്നുള്ളി-
ലവനെക്കുറിച്ചുള്ളൊരഭിമാനമേറിലും.

മടിയിലെൻ മകനേയിരുത്തില്ലയേറെ ഞാ-
നമിതവാത്സല്യം സ്വഭാവം കെടുക്കിലോ?
അവനീയിടേയായ് കളിപ്പാട്ടവും വേണ്ട,
മകനെത്ര വേഗം വളർന്നുവെന്നോർത്തു ഞാൻ.
ഒരു വിറയരിച്ചു കേറുന്നെന്നിലോർക്കവേ,
ചിരി കണ്ട കാലം മറന്നൂ, പഠിക്കുവാൻ
അധികമുള്ളതിനാൽ ദിശാബോധമോടവൻ
അതിലേ മനസ്സൂന്നിയെന്നേ നിനച്ചു ഞാൻ.

അറിയുന്നു ഞാൻ, ഇറങ്ങിപ്പോയതല്ലവൻ
കരളിൽ നിന്നവനാണിറക്കിയത് ഞങ്ങളെ.
അറിയിച്ചതില്ല ഞാനവനായിയെന്നുള്ളിൽ
നിറയെ പരക്കുന്ന സ്നേഹപ്പെരുങ്കടൽ?
അവനീ നിലത്തേക്കെറിഞ്ഞൊരു നിഘണ്ടുവിൽ
തിരയട്ടെ ഞാൻ 'സ്നേഹ'മെന്ന വാക്കിൻ പൊരുൾ.

നിള

കഴിഞ്ഞ വർഷത്തിലും ശ്രമിച്ചതാണ്
കുറ്റിപ്പുറം പാലത്തിൽ ഒന്നെത്തിപ്പിടിക്കാൻ,
പഴയ പോലെ ഒന്നുയിർക്കാൻ. പക്ഷേ,
കരുത്ത് ചോർന്ന്, ഊർജ്ജത്തിന്റെ ഉറവ വറ്റി,
ഊർദ്ധ്വൻ വലിച്ചിങ്ങനെ കിടക്കാനാണ് യോഗം!

നിലപാടുതറയിൽ ധീരമാതാക്കളുടെ രോദനം,
കാറ്റിൽ ഔദ്ധത്യത്തിന്റെ ഹൂങ്കാരം!
പുണ്യം വററിയ പന്ഥാവിൽ ആരൊക്കെയോ
ശേഷിപ്പുകളുമായി നടന്നു വന്നു.
സിരകളിൽ ഗതി കിട്ടാത്ത ആത്മാക്കൾ
ലക്ഷ്യമില്ലാതെ ഒഴുകി നടന്നു.

ദുരയുടെ രഥചക്രങ്ങൾ മാറിലൂടെ
വീണ്ടും വീണ്ടുമുരുണ്ടപ്പോൾ,
നായും നരിയും കടിച്ചു കീറിയപ്പോൾ,
പഴംപെരുമ പറഞ്ഞിരുന്ന സ്വന്തം മക്കൾ
വെറുംവാക്കോതുമ്പോൾ,
പാട്ടിലും, കഥയിലും നഷ്ടതാരുണ്യം വർണ്ണിക്കപ്പെട്ട്
പരിഹാസ്യയാകുമ്പോൾ, പ്രതികരിക്കാനാവാതെ,
ജരാനരകൾ ബാധിച്ച്...ഇങ്ങനെ...

നിർമ്മമരായി ചിലർ, നിസ്സഹായരായി ചിലർ,
നിർഗ്ഗുണരായി ചിലർ.
വേണ്ടപ്പെട്ടവരിങ്ങനെ നോക്കി നില്ക്കേ,

കഴുകന്മാർ കൊത്തി വലിച്ച്,
മാറിലെ നഖക്ഷതങ്ങളും, മുറിപ്പാടുകളുമായി.. ഇങ്ങനെ..
നാവാ മുകുന്ദന്റെ കള്ളച്ചിരിയില്
ഒരു പരിഹാസമുണ്ടോ എന്നിടയ്ക്കിടെ
ഒളിഞ്ഞു നോക്കി..
ഇങ്ങനെ...

മഴമാനസം

മഴയിവൾ, മാനത്തെ മുകിലാനമേലേറി
മഴവിൽത്തിടമ്പായെഴുന്നള്ളി വന്നവൾ.
മലയിലേതോ നീർത്തടങ്ങളിൽ നീരാടി,
മുടിയുലച്ചീറൻ കുടഞ്ഞോടി വന്നവൾ.
കിലുകിലെ ചിരിയുമായ് വെയിലിനൊപ്പം നാട്ടു-
വഴികളിൽ, തൊടികളി "ലൊളിച്ചേ" കളിച്ചവൾ.
മഴയിവൾ, ജീവന്റെ പുതുനാമ്പുകൾക്കാദ്യ-
മുയിരിനായലിവിൻ കണങ്ങൾ പകർന്നവൾ.
കുളിരാർന്ന രാവിലൊരു താരാട്ടുപാട്ടിന്റെ
മധുരം പകർന്നാർദ്രമകലേക്ക് മാഞ്ഞവൾ.
തരുനിരകൾ തോറും വിരൽ കോർത്തു കിന്നരി-
ച്ചരുവികളിൽ നൃത്തം ചവിട്ടിത്തിമിർത്തവൾ.
കടലേഴിലും മുങ്ങിയമൃതതീർത്ഥം കോരി-
യുലകിലെല്ലാം തളിച്ചുള്ളം തെളിഞ്ഞവൾ.
പ്രേമമായ്, നോവായ്, നിറഞ്ഞ വാൽസല്യമായ്,
കരളിലേക്കോരോ വികാരമായ് പെയ്തവൾ.

മഴയിവൾ, മഴ തന്നെയാണിവൾ, ഹൃദയത്തിൽ
നിറയുന്ന സ്നേഹം ചുരന്നേ നടന്നവൾ!
ഇവളിന്നു നാശം വിതയ്ക്കുവാൻ മിഴികളിൽ
ഇടിമിന്നൽ കത്തിച്ചു താണ്ഡവം ചെയ്യുവോൾ!
അരുതിനി മനുഷ്യാ, പൊറുക്കുവാൻ നിന്നിലെ
ദുരയെന്നുറക്കെപ്പറഞ്ഞു കോപിപ്പവൾ!

അരുവിയെ, കടലിനെ, കരകളെ, കാടിനെ,
മലിനമാക്കി ജീവവായു പോലും, മർത്ത്യ-
നരിയുന്നിതമൃതം ചുരത്തുന്ന ഭൂമിയുടെ-
യരിയ വക്ഷോജങ്ങളനുതാപമില്ലാതെ!
നിറയുന്നു പ്ലാസ്റ്റിക്കു, മുഗ്രവിഷവും, [illegible]ത്തി
യെരിയുന്നു കോപമീ പഞ്ചഭൂതങ്ങളിൽ.
അത് നീ നിനയ്ക്കാതെ കൊടിയുടെ നിറങ്ങളും
മതവും പറഞ്ഞു, മാത്സര്യം വളർത്തവേ,
ഇനിയിവൾക്കരുത് ലോലാംഗിയായ് നിൻ ജീവ-
വനികളിൽ സ്നേഹമൃദുമാരിയായ് പെയ്യുവാൻ.

ഇനി മുഴങ്ങട്ടെ വാനിൽ മേഘഗർജ്ജനം,
ഇനി വീശിടട്ടെ പ്രചണ്ഡമായ് മാരുതൻ,
പ്രകൃതിയെ മറന്നൊരീ മനുജർക്കു നല്കുന്ന
നിയതിയാണീയുഗ്രമേഘവിസ്ഫോടനം!
മഴയിവളിനി പെയ്തൊടുങ്ങാത്ത കോപമായ്,
പ്രളയനാശം നീളെ വാരി വിതറുന്നവൾ.
ദുരയുടെ,യഹന്തയുടെ,സ്വാർത്ഥമോഹത്തിന്റെ
തിരയിളക്കം ശാപജലധിയാൽ മൂടുവോൾ.
നിലവിളികളിടവേള നല്കിയാലോർക്കുമോ
തൃണസമനിവൻ പ്രപഞ്ചത്തിലെന്നിപ്പോഴും!

മഴയിവൾ, മഴ തന്നെയാണിവൾ, ജീവജല-
മരുളിയോളൻപിന്റെ പര്യായമായവൾ.
ഇവളുള്ളിലാരുമറിയാതെ നോവിൻ കടൽ
മിഴിനീരു പെയ്തേ നിറച്ചു കൊണ്ടോർക്കയാം.
“അരുതിനി മനുഷ്യാ, നിന്നെപ്പോലെ ലോകത്ത്
കെടുതികൾ വിതക്കാനെനിക്കില്ല കൗതുകം.
പ്രളയജലമൊഴിയുന്നതിൻ മുൻപെയുയരട്ടെ
യിവിടെയൊരു പ്രണവചൈതന്യനവമന്ത്രം.
ഇനി മർത്ത്യനതിൽ നിന്നുമുയിരേകിടട്ടെയൊരു
തനിമയോലും വിശ്വമാനവസംസ്കൃതി.”

പ്രളയപ്പിറ്റേന്ന്

അഴിഞ്ഞുലഞ്ഞ ചികുരഭാരം വാരിക്കെട്ടി,
കലങ്ങിയ കണ്ണുകളിലെ ചുവപ്പ് മായ്ച്ച്,
പദങ്ങളിൽ വീണ്ടും ലാസ്യം നിറച്ച്,
അവൾ പഴയപടി അലസമായി നീങ്ങി.
ചിലമ്പ് കിലുക്കി, വാളിളക്കി ഉറഞ്ഞുതുള്ളി,
അവൾ പറഞ്ഞ അരുളപ്പാടുകളുടെ
അലയൊലികൾ അടങ്ങിയിരുന്നില്ല.
ബാധയേറ്റപ്പോൾ അവൾ ചവിട്ടിക്കുഴച്ചിട്ട ചെളി
അപ്പോഴേക്കും ആരൊക്കെയോ വാരി
പരസ്പരം എറിഞ്ഞ് തുടങ്ങിയിരുന്നു.

ഉരഗങ്ങൾ, പാവങ്ങൾ!
വിഷബാധ പേടിച്ച് അവ
മനുഷ്യവാസമില്ലാത്ത സ്ഥലം തേടി,
ഉഴറിയോടിക്കൊണ്ടിരുന്നു.
ചിലപ്പോൾ നിലവിളിയുടെയും, തേങ്ങലിന്റെയും,
ചിലപ്പോൾ മുറിയാത്ത മൗനത്തിന്റെയും
അർത്ഥമറിയാതെ പകച്ച് നിൽക്കുന്ന ജീവിതങ്ങൾ
പ്രളയജലം വീണ്ടും വരാൻ വൃഥാ മോഹിച്ചു!
കടലണയും മുമ്പ്, പുറകോട്ടൊന്ന് പാളി നോക്കി,
പുഴ അർഥം വെച്ച് ചിരിച്ചു.

വിഷുക്കണി

നിദ്ര തൻ വാതായനങ്ങളിൽ മുട്ടിയി-
ട്ടിത്ര മേലെന്നെ വിളിച്ചതാരോ?
ഞെട്ടിയുണർന്നെഴുന്നേല്ക്കവെ പെട്ടെന്ന്
പൊത്തിയതാരെന്റെ കൺകൾ രണ്ടും!

'കൺ തുറന്നീടൊലാ' എന്നു ശാസിച്ചു കൊ-
ണ്ടെന്നെ നയിച്ചു നീ മെല്ലെ മെല്ലെ;
ചന്ദനധൂപസുഗന്ധവും, നിന്റെ നി-
ശ്വാസവുമെന്നെ പൊതിഞ്ഞു നിന്നു.
പല്ലവക്കൈകളയച്ചു 'കണി കണ്ടു
കൊള്ളു'കെന്നെന്നോട് നീ മൊഴിഞ്ഞു;
കണ്ണിലൈശ്വര്യത്തിടമ്പായെഴുന്നള്ളി
കണ്ണന്റെ മാസ്മരസ്മേരഭംഗി!

പുന്നെല്ലരിയും, നിലവിളക്കും, നല്ല
പൊൻവെള്ളരിയും, കണിക്കൊന്നയും,
കണ്ണാടിയും, മഹദ്ഗ്രന്ഥവും, കോടിയും,
പൊൻനാണ്യവും, ഫലജാലങ്ങളും
കണ്ടു ഞാൻ കണ്ണു നിറഞ്ഞു പിന്മാറവെ
കണ്ടു ഞാൻ മറ്റൊരു പൊൻകണി പോൽ,
അമ്പിളിക്കൊമ്പത്തെ വെൺകുളിർചന്ദന-
ക്കിണ്ണം തുളുമ്പിത്തെറിച്ച പോലെ,
കൺകളിൽ പ്രേമവും ചാലിച്ചു, നീ ചിരി-
ക്കമ്പിത്തിരിയുമായ് നില്പു ചാരെ.
ഏതോ വിഷുപ്പക്ഷി പാടിയ പാട്ടിന്
കാതോർത്തു ഞാൻ നിന്നെ നോക്കി നിന്നു.

പെയ്തിറങ്ങുന്നൊരു രാഗവായ്പിൽ വിഷു-
ക്കൈനീട്ടമിന്നു ഞാൻ നൽകിടുമ്പോൾ
വന്നെത്തിടുന്നു കിഴക്കു വീണ്ടും മേട-
സംക്രമത്തേരേറി ഭാനുബിംബം.
കർന്നിഗാരത്തിന്റെ സൗവർണ്ണസൂനങ്ങൾ
കഞ്ചുകം ചാർത്തുന്നു ഭൂവിലെങ്ങും.
നല്ലൊരാണ്ടിന്റെ ബീജാവാപമുൾക്കൊണ്ടു
നിർവൃതി കൊണ്ടു വസുന്ധരയും!

നേരെയല്ലൊന്നും

ഒന്നും നേരെയല്ല!
നേരവും, നേരിട്ടതും, നേരെയാക്കിയതും,
നേരും, നേരറിയാത്തതും, നേർക്കാഴ്ച്ചയും
ഒന്നും നേരെയല്ല!

ഇവിടെ മനുഷ്യന്റെ
ശിരോരേഖയുടെ ക്ഷേത്രഗണിതവും,
നാളും, നാൾവഴിയും, കൂറും, രാശിയും
ഒട്ടും ശരിയായില്ല.
അല്ലെങ്കിൽ..
ജീവിതത്തിന്റെ തലക്കുറിയും,
ആത്മഹത്യയുടെ മുഹൂർത്തം പോലും തെറ്റിയതെന്തേ?
ആർത്തനാദങ്ങളുടെ ശ്രുതിയും,
ആരോഹണാവരോഹണങ്ങളും പിഴച്ചതെന്തേ?

പ്രത്യയശാസ്ത്രത്തിന്റെ വിളനിലത്തിൽ
ചാലു കീറി നനയ്ക്കാനൊഴുക്കിയ രക്തത്തിന്റെ
പോഷണമൂല്യവും ശരിയല്ല!
അല്ലെങ്കിൽ
'മാറ്റമില്ലായ്മയ്ക്ക് മാറ്റമില്ല' എന്ന
പുതുമൊഴി മുളച്ചതെന്തേ?
കാലം തെറ്റി വിരിഞ്ഞ കർണ്ണികാരപ്പൂക്കളെ
ചെന്നിണം ചിന്തി ചെത്തിപ്പൂക്കളാക്കിയതെന്തേ?

തത്വശാസ്ത്രങ്ങളുടെ വക്കൊടിഞ്ഞ പുസ്തകങ്ങൾക്കു മുകളിൽ
ചിതലുയർത്തിയപുറ്റിന്റെ വാസ്തുപോലും പിഴച്ചിരിക്കുന്നു.

വന്ധ്യമേഘങ്ങളുടെ താഴെ,
കാപട്യത്തിന്റെ കൃഷിയിടത്തിൽ വേരുറയ്ക്കാതെ
നേരിന്റെ മരം, ഇത്തിരി വെട്ടം തേടി,
നേരെ ആകാശത്തിലേക്ക് വളരുന്നു.
'നേരേ വളരുന്ന മരം ആദ്യം മുറിക്കപ്പെടും'
എന്ന് ചാണക്യസൂക്തം.
'ശരി'ക്കും ഒരു വളവുണ്ടല്ലോ!

ശരിയാക്കണം എല്ലാം.
വളഞ്ഞാൽ ശരിയാവുമായിരിക്കും!

തിരുത്ത്

ഉഴറി ഞാൻ നടന്നലറി ഞാൻ വിളി,-
ച്ചുറപ്പു ചോർന്നൊരെൻ കറുത്ത കയ്യിനാൽ
തടഞ്ഞു തപ്പി ഞാൻ നടന്നു കൂരിരുൾ
പരന്ന വീഥിയിൽ, വഴിക്കെങ്ങോ പണ്ടു
കളഞ്ഞു പോയൊരെൻ പുറത്തെ നട്ടെല്ലിൻ
കുറവിനാലുടൽ വളഞ്ഞു, താഴ്ത്തിയ
ശിരസ്സുമായ് മെല്ലെ നടന്നു ഞാൻ,
നില്ക്കാൻ കൊതിയുണ്ടാകിലും.

അദമ്യമായൊരു പ്രവാസവാഞ്ഛയിൽ
മദം വളർന്നൊരെൻ മനം തുടിക്കവെ,
നിറഞ്ഞ വാല്സല്യത്തുരുത്തു വിട്ടു ഞാ-
നിറങ്ങിയന്നൊരു ത്രിസന്ധ്യയിൽ,
നെഞ്ചു വിരിച്ചു, കാലുകളുറച്ചു നീട്ടി വെ-
ച്ചകത്തു പൊന്തിയോരഹന്ത മുറ്റവേ.

മഴക്കിനാവുമായലഞ്ഞു താണ്ടിയ
മരുപ്പരപ്പുകൾ, കടുത്ത വേനലിൽ
കരിഞ്ഞു വീണൊരാ കിനാക്കുരുന്നുകൾ,
കടുത്ത നോവിനാൽ പിടഞ്ഞ രാത്രികൾ,
മനക്കണക്കുകൾ പിഴച്ചു പോകവെ
മതിഭ്രമത്തിലേക്കണഞ്ഞ വേളകൾ.
ചതിക്കുഴികളിൽ പതിക്കവെപണ്ടു
കഴുത്തിലെപ്പോളോ കൊരുത്തൊരാ കയർ.

കഴുത്തിലെക്കയർ പിടിച്ചെന്നെ വലി-
ച്ചിഴച്ചു നിർദ്ദയം നടക്കും കാലമേ,
വിടൂ, എന്നെ വിടൂ, തിരിച്ചു പോട്ടെ ഞാൻ
മുലപ്പാലിൻ മണം നിറഞ്ഞു നില്ക്കുമാ
പൊളിഞ്ഞ നാലുകെട്ടിലേയ്ക്കൊരിക്കലീ
കഴിഞ്ഞൊരദ്ധ്യായം തിരുത്തിടട്ടെ ഞാൻ.

മരണം

ഓപ്പറേഷൻ തീയറ്ററിൽ മരണം മണം പിടിച്ച് നടന്നു.
സൂചിത്തുമ്പിലും, ചോര പുരണ്ട പഞ്ഞിയിലും
നക്കി രുചി നോക്കി, നാവ് നുണച്ച്,
ഈതറിന്റെ മണം നുകർന്ന്,
ഡോക്ടറുടെ നെറ്റിയിലെ വിയർപ്പുമണികൾ നോക്കി,
പുച്ഛത്തോടെ ചിരിച്ച്,
മരണം ലാക്ക് നോക്കി നിന്നു.
ബോധാബോധങ്ങളുടെ നിമ്നോന്നതങ്ങളിൽ
കയറിയിറങ്ങുന്ന ജീവന്റെ തുടിപ്പിനെ
അവജ്ഞയോടെ നോക്കി,
മരണം അക്ഷമനായി.

ഒരു ജന്മത്തിലെ പാപപുണ്യങ്ങളുടെ കണക്ക്
പ്രജ്ഞയുടെ താളുകളിൽ
കൂട്ടിയും കുറച്ചും
മനസ്സാക്ഷി തളർന്നു മയങ്ങി.
ശീതീകരിണിയുടെ മൂളൽ
ശ്രുതിഭംഗമില്ലാതെ തുടർന്നു!

തളർന്നു തുടങ്ങിയ ഒരു തേങ്ങൽ
അകത്തേക്ക് കയറാനാവാതെ
വരാന്തയിൽ ഉഴറി നടന്നു.
പീഡകളുടെ പാരാവാരത്തിൽ
പ്രതീക്ഷയുടെ കൈത്തോണി ദിശയറ്റു നിന്നു.
വിളിപ്പുറത്തെത്താതെ ദൈവങ്ങൾ

ഗൂഢസ്മിതത്തോടെ എങ്ങോ മറഞ്ഞു.
വേദനിക്കുന്ന മുറിവുകളിൽ നഖം താഴ്ത്തി,
ഓർമ്മകൾ ക്രൂരമായി ചിരിച്ചു.

കേസ് ഷീറ്റിൽ അവസാനത്തെ എൻട്രി എഴുതി,
ഡോക്ടർ തല താഴ്ത്തി നടന്നു.
ക്ലോക്കിൽ നോക്കി, ഡ്യൂട്ടി സമയം കണക്കാക്കി,
നഴ്സുമാർ അടുത്ത ജോലിയിൽ മുഴുകി.

ആശുപത്രി രേഖകളിലേക്ക്
അസ്തിത്വത്തെ ആവാഹിച്ചിരുത്തി,
വ്രണിതശരീരത്തെ നിർദ്ദയം അവഗണിച്ച്,
ആത്മാവിനെ തോളിലേറ്റി,
മരണം യാത്രയായി.

നിലവിളി നിലച്ച്, പ്രജ്ഞ മരവിച്ച്,
വരാന്തയിൽ ഒരാത്മാവ് മാത്രം
ജീവിതത്തെ നോക്കി മരിച്ചു നിന്നു.

ഒരേയൊരു സ്വപ്നം

ഈ പുസ്തകത്തിൻ താളുകളുടെയിടയ്ക്കു ഞാനൊരു പീലി വെച്ചു.
ഭഗ്നഹൃദയസ്പന്ദനം, വനരോദനം പാഴായ നേരം,
മല്പിതാമഹരന്നു സ്വന്തം മാനസത്തിലൊളിച്ചു വെച്ചൊ-
രുദാത്തസുന്ദരസ്വപ്നസാക്ഷാൽക്കാരമെന്നുടെ ലക്ഷ്യമതിനീ
സ്വർണ്ണമയിലിൻ പീലി ഞാനീ പുസ്തകത്തിലൊളിച്ചു വെച്ചു.

നീലവാനം കണ്ണിടാതെ മറച്ചു വെച്ചോരെന്റെ മയിലിൻ
പീലിയൊരുനാൾ പെറ്റു പെരുകുമതേ വരേക്കും കാക്കുമിതുഞാ-
നെന്റെ സ്വപ്നമി, തെന്റെ സത്യമിതെന്റെ ജീവനിതറിക നിങ്ങൾ.

എട്ടു ദിക്കുകൾ ഞെട്ടുമാറാ പത്രപാതധ്വനിയുയർത്തി-
ക്കഴുകദൃഷ്ടികളെന്റെ നേർക്ക് തിരിച്ച്, നാവ് നുണച്ച്,
താണു പറന്നിടുന്നൊരു ദുഷ്ടഭീകരസത്വമേ,
അരുത് കൊത്തിയുടച്ചു കളയരുതെൻ കിനാക്കളിലൊന്നു മാത്ര-
മിതൊന്നു മാത്രം സ്വന്തമായ് ഞാൻ കാത്തു കൊള്ളട്ടെ.

വാസരാഭയിലാടയാഭരണങ്ങളാകെയഴിഞ്ഞു, ഞാനീ
രാജവീഥിയിൽ നഗ്നനായി നടുങ്ങി നില്ക്കുന്നു, ചുറ്റും
പുരനിവാസികൾ വിരലു ചൂണ്ടിപ്പരിഹസിക്കുന്നു.

ചിരിച്ചു കൊള്ളിൻ, നിങ്ങളെന്തും പറഞ്ഞു കൊള്ളി-
നിതൊന്നു മാത്രമെനിക്കുറപ്പാ-
ണെൻെറ ചൂടേറ്റെന്റെ ഹൃദയസ്പന്ദനം കേ-
ട്ടെന്റെ മാറിലമർന്ന പുസ്തകത്താളിനിടയിൽ
വർണ്ണമയിലിൻപീലിയൊരു നാൾ പെറ്റു പെരുകു-
മതേ വരേയ്ക്കും കാക്കുമിതു ഞാൻ
എന്റെ സ്വപ്നമി, തെന്റെ സത്യമിതെന്റെ ജീവനിതറിക നിങ്ങൾ!

സ്വാതന്ത്ര്യദിനം

അർദ്ധരാത്രി മുതൽ സ്വാതന്ത്ര്യം കാത്തിരുന്നു,
പകൽവെളിച്ചത്തിൽ നാടൊന്ന് കാണാൻ.
ഒരു വർഷത്തെ അലസത കുടഞ്ഞു കളഞ്ഞ്,
ത്രിവർണ്ണപതാക കുടഞ്ഞുടുത്ത്,
സ്വാതന്ത്ര്യം അക്ഷമനായി നിന്നു.

അഭിവാദ്യങ്ങളുടെ പെരുമഴയിലേക്ക്
സ്വാതന്ത്ര്യത്തിന്റെ വാതിൽ തുറന്നപ്പോൾ
കൺകളിൽ കാഴ്ചകളുടെ മലവെള്ളപ്പാച്ചിൽ!
സമ്പന്നനും, ദരിദ്രനും; സ്ത്രീയും, പുരുഷനും;
സകലമതസ്ഥരും ഉച്ചനീചത്വമില്ലാതെ
ത്രിവർണ്ണപതാക ഉപയോഗിക്കുന്ന സമത്വം
കൺകുളിർക്കെ കണ്ട്,
സ്വാതന്ത്ര്യം സന്തുഷ്ടനായി.
ആവേശത്തിമിർപ്പിൽ ആരൊക്കെയോ പിന്നിൽ നിന്ന്
പിടിച്ചു വലിക്കുന്നത് സ്വാതന്ത്ര്യം അറിഞ്ഞില്ല.

ചെങ്കോട്ടയിലും, ആസ്ഥാനമന്ദിരങ്ങളിലും,
പൊള്ളയായ വാക്കുകളുടെ ചിറകിലേറി,
സ്വാതന്ത്ര്യം പാറി നടന്നു.
നാടിന് വേണ്ടി ജീവൻ ബലി നൽകിയ
വീരജവാന്മാർക്ക് ആദരാഞ്ജലി അർപ്പിച്ച്,
കെട്ടുകാഴ്ച്ചയിലെ ജവാന്മാരുടെ കൺകളിൽ
അണയാത്ത വീര്യം കണ്ട് തൃപ്തിയടഞ്ഞ്,
മറ്റൊന്നും കാണാൻ നില്ക്കാതെ,

സ്വാതന്ത്ര്യം വീണ്ടും യാത്രയായി.
പിന്നാലെ വന്ന ഒരു ദീനരോദനത്തെ
"പീഛേ മൂട്ട്" പറഞ്ഞ് ആരോ കൊണ്ട് പോയി.

ദേശം മുഴുവൻ കാവിനും, വെള്ളയും, പച്ചയും
സ്വതന്ത്രമായി വിഹരിക്കുന്നത് കണ്ട്,
അഭിനവനളന്ദകളും, തക്ഷശിലകളും
വിദ്യാഭ്യാസത്തെ വെള്ള പുതപ്പിച്ച് കിടത്തിയത്
കണ്ട് കൺനിറഞ്ഞ്,
ആസേതുഹിമാചലം കറങ്ങി തിരിച്ചെത്തിയപ്പോൾ
വാതില്ക്കൽ ആരോ കാത്തു നിന്നിരുന്നു.
കൊച്ചുമകൻ 'ആവിഷ്കാരസ്വാതന്ത്ര്യം' ദൈന്യതയോടെ തൊഴുതു.
കയ്യിലിരുന്ന ഭരണഘടനയുടെ പകർപ്പ് കൊടുത്ത്,
സ്വാതന്ത്ര്യം അകത്തു കയറി വാതിലടച്ചു.
"സമയം അർദ്ധരാത്രിയായി.
ഇനി അടുത്ത വർഷം കാണാം".

അവളാരോടാണ് ചാറ്റ് ചെയ്യുന്നത്?

മുറ്റത്തെ ഒന്നുമില്ലായ്മയിലേക്ക് തുറക്കുന്ന
ചെറിയ ജനലിനരികിൽ
മൊബൈൽ ഫോണിലെ ഏതോ ചാറ്റിലേക്ക്
അവളുടെ ഏകാഗ്രത ചുരുങ്ങി.
അന്നത്തെ അഭിപ്രായവ്യത്യാസങ്ങൾ
ശ്രദ്ധയാകർഷിക്കാൻ വാശി പിടിക്കുന്ന
കുട്ടികളെ പോലെ കുറെ നേരം
അന്തരീക്ഷത്തിൽ ചുറ്റി നടന്ന്,
ഏതോ മാളത്തിൽ മയങ്ങി.
അവഗണനയുടെ മുൾമെത്തയിൽ
ഇച്ഛാഭംഗത്തോടെ ഞാനും.

അവൾ ആരോടാണ് ചാറ്റ് ചെയ്യുന്നത്?
അവൾക്കൊന്ന് അലറിക്കൂടെ?
കയ്യിൽ കിട്ടുന്നതെടുത്ത് എറിഞ്ഞു പൊട്ടിച്ച്,
എന്റെ ജനിതകശുദ്ധിയെ ചോദ്യം ചെയ്ത്,
കൂർത്ത നഖങ്ങൾ കൊണ്ടെന്റെ നെഞ്ച് കീറി,
അവൾ ഉറഞ്ഞു തുള്ളിയെങ്കിൽ -
എങ്കിൽ അതേ ശൗര്യത്തോടെ
എനിക്കും അവളെ എതിരിടാമായിരുന്നു.

പത്തരയുടെ വണ്ടി കിതച്ചു തുപ്പി
ബഹളം വെച്ച് തെക്കോട്ട് പായുന്ന ശബ്ദം!
രാവിലെ കൂട്ടിയ തണുത്ത ചായ കപ്പിലെടുത്തു
സോഫയിൽ ഇരിക്കും മുൻപ് ഞാൻ ചോദിച്ചു:

'ശാരികേ ഫാനിടണോ?'

ചാറ്റിൽ ആരുടെയോ സന്ദേശം വിടർത്തിയ ചിരിയുടെ
ഒരു കഷ്ണം എനിക്കെറിഞ്ഞ്
അവൾ തല കുലുക്കി,
ഫാനിന്റെ കാറ്റും കൊണ്ട് സോഫയിലിരുന്ന്,
തണുത്ത ചായ മൊത്തിക്കുടിച്ചു കൊണ്ട്
ഞാനവളെ പിച്ചിക്കീറി.
എങ്കിലും അവളാരോടാണ് ചാറ്റ് ചെയ്യുന്നത്?!

കവിതയുടെ വഴി

നറുനിലാവിന്റെ മൃദുരേണുവെന്ന പോൽ,
ഒരു കുളിർകാറ്റിലുതിരും സുമങ്ങൾ പോൽ,
പുലരിയിൽ പെയ്ത മഞ്ഞിൻ കണങ്ങൾ പോൽ,
കരളിലൂറുന്നു കവിതക്കുരുന്നുകൾ.

അറിയുകില്ലേത് നിമിഷമാണുള്ളിലെ
കറുകനാമ്പുകൾ കുനുകുനെ പൊങ്ങിയെൻ
ഹരിതസ്വപ്നിലതീരങ്ങൾ നീളെയും
ഭ്രമിതഭാവനയ്ക്കയ വെട്ടി മേയുവാൻ
അരിയ മേച്ചിൽപ്പുറങ്ങളാവുന്നതും,
കവിതയെന്നിൽ ചുരത്തുന്നതെന്നതും.

അറിയുകില്ലെത്ര നാളായ് മനസ്സിന്റെ
ഗരിമയാർന്നൊരാ തീരങ്ങളേതിലോ
ഒരു വലംപിരിശംഖിലീ മുത്തിന്റെ
ചിര സുഷുപ്തി തുടങ്ങിയിട്ടെന്നതും;
ലിപിയിലേതക്ഷരങ്ങളാണെന്നുടെ
എളിയ തൂലികയിൽ വന്നണഞ്ഞങ്ങനെ
കലിതകല്പനയ്ക്കുയിരേകിയെന്നുടെ
കവിതയായ് വന്നു ചേരുന്നതെന്നതും.

ഒരു മഴക്കാറിൽ മിന്നൽപിണർ പാഞ്ഞു
ചെവിയടക്കുന്നൊരിടിവെട്ട് പോലെയും,
ഒരു മുളങ്കാട്ടിലൊരു മന്ദമാരുതൻ
തഴുകി മീട്ടുന്ന മൃദുരവം പോലെയും,

കുളിരുലാവുന്ന കാനനഛായയിൽ
കളികൾ ചൊല്ലും കിളിക്കൊഞ്ചൽ പോലെയും,
ജനികളേതിലോ കുഴി കുത്തി മൂടിയ
സ്മൃതികളറിയാതുയിർക്കുന്ന പോലെയും,
ഇനിയുമൊരു [illegible] കനൽ വിത്തി നീറുമ്പോൾ
കിനിയുമൊരു ചൂടുമിഴിനീര് പോലെയും,
വ്യഥിതമഴലുന്ന രാപ്പാടി പോലെയും,
പതിയെയൊഴുകുന്ന കുളിരരുവി പോലെയും,
കരയിലണയും കടൽത്തിരകൾ പോലെയും
കവിതയണയുന്നു സ്ഥലകാലമെന്നിയെ.

ഇനിയുമെത്രയോ കാതം നടക്കണം,
ജനിമൃതിപ്പടികളെത്രയോ കേറണം,
ഇനിയുമെത്രയോ ദുഃഖം ചവയ്ക്കണം,
കനിവ് കിനിയാത്ത ഭൂമികകൾ താണ്ടണം,
ചിരി നിലയ്ക്കുന്ന ദുസ്വപ്നവേളയിൽ
വെറുതെയെന്തിനോ മോദം നടിക്കണം,
ഇനിയുമെത്രയോ സ്വപ്നങ്ങൾ കാണണം,
ഇനിയുമെത്രയോ വരികൾ കുറിക്കണം
നിനവ് മാഞ്ഞിരുൾ പടരും ദിനം വരെ,
കനവ് കടലാസിലുണ്മയായീടണം,
ഇനിയുമെത്രയോ തലമുറകളീ വഴി
മനുജജന്മവും പേറിച്ചരിക്കവേ,
അവിടെയോരോരോ നാഴികക്കല്ലിലെൻ
കവിതയവരെയും നോക്കിച്ചിരിക്കണം;
ഒടുവിലവരുടെ തോളിൽ കരം ചേർത്ത്
സ്മൃതിപഥങ്ങളിൽ കൂടെ നടക്കണം.
ചലിതകാലപ്രവാഹിനീതീരങ്ങൾ
തഴുകുമലകളായൊഴുകിപ്പരക്കണം.

അന്ത്യേഷ്ടി

ഒരു മൺകുടം വീണുടഞ്ഞപ്പൊളിന്നെനി-
ക്കിനി മണ്ണിലാലംബമില്ലാതെയായ്,
നിറയുമാ വാല്സല്യപ്പാലാഴിയെന്നിലേ-
ക്കൊഴുകിയെന്നുള്ളിൽ നിറഞ്ഞെങ്കിലും.
ഇനി ഞാൻ കൊളുത്തേണമത്രെ ചിതയ്ക്കു തീ,
ഒഴിയാവതല്ലെന്റെ പുത്രധർമ്മം.

ഒരു വിഷുക്കണി കണ്ടുണർന്ന നേരത്തെന്റെ
ചകിത ബാല്യത്തിന്നു തുണയായതും,
വിറയാർന്ന കയ്യിലൊരു വർണമത്താപ്പിന്റെ
നിറമായി ധൈര്യം കരം കോർത്തതും;
കരുതലോടാരോ പറഞ്ഞതോർക്കുന്നു ഞാൻ,
'അരുത് തീ തൊടുകിൽ നിൻ കൈകൾ പൊള്ളും.'
ഒരു തുലാമാരി തൻ തീയാട്ടം കണ്ടു ത-
ന്നരികിലേക്കോടി ഞാൻ ചെന്ന നേരം
'ഇടിവാളല്ലിന്ദ്രന്റെ വജ്രായുധമ'തെ-
ന്നരികെയിരുത്തി പറഞ്ഞതച്ഛൻ.
പ്രകൃതി തൻ വികൃതികൾ വിവരിച്ചു തന്നെന്നി-
ലറിവായ് നിറഞ്ഞതും പിന്നെയച്ഛൻ.

വഴികൾ പിരിഞ്ഞൊരു നേരത്തു, മെൻ വഴിക-
ളറിയാത്ത തീരങ്ങൾ തേടുമ്പൊഴും,
വറുതിക്കളങ്ങളിൽ ചിറകറ്റ ജീവിതം
ദുരിതക്കൊടുങ്കാറ്റിലുഴറുമ്പൊഴും,
അകലെയാണെങ്കിലും നിറയുന്ന വിശ്വാസ-
മകതാരിലേകിയതുമെന്റെയച്ഛൻ.

ഇനി നല്കുവാനെനിക്കൊന്നുമാത്രം, ചൂടു-
മിഴിനീരിൽ മുഴുകുമന്ത്യേഷ്ടി.
ചിത കത്തിയെരികിലും, പഞ്ചഭൂതങ്ങളാ-
യുടലെരിഞ്ഞമരുന്നെന്നാലും,
(മിഴികളീ സൂര്യചന്ദ്രന്മാരിലലിയുമെൻ
വഴികളെ വീക്ഷിക്കുമെന്നും.
സുകൃതം നിറഞ്ഞൊരാ പ്രാണനീ വായുവിൽ
വിലയവും പ്രാപിച്ചിരിക്കും.)*

ഒരു കൊച്ചു കാറ്റു വന്നെന്റെ മൂർദ്ധാവിലൊ-
ന്നരുമയായ് തഴുകിക്കടന്നുപോയി.
ഒരു നാട്ടു മാവിന്റെ കൊമ്പിലൂഞ്ഞാലായു,-
മൊരു പഴമ്പാട്ടിലൊരു കൊച്ചുതാരാട്ടായു,-
മൊരു നോക്കിലെരിയുന്നൊരുഗ്രശാസനയായു-
മരികിലുണ്ടെന്നുമെന്നച്ഛൻ!

*(The Sun receive thine eye, the Wind thy Prana (life-principle, breathe)
Rigveda 10.16)